nơi đất đai
giấu đi
con người
và
những ký ức

PHẠM NGỮ YÊN

NƠI ĐẤT ĐAI GIẤU ĐI CON NGƯỜI và NHỮNG KÝ ỨC

Tập truyện của Phạm Ngũ Yên do NXB Heatherglen phát hành lần thứ nhất tháng 12, 2023 qua Amazon. Mọi liên lạc với NXB, xin thư về *pham_ngu_yen@yahoo.com*

Sách và hình bìa do tác giả trình bày.

© 2023 by Phạm Ngũ Yên. All rights reserved. No part of this book may be reproduced or transmitted in any form or by any means whatsoever without express written permission from the author, except in the case of brief quotations embodied in critical articles and reviews. Please refer all pertinent questions to the author.

ISBN: 979-8-8690-8552-8

Đôi khi bạn sẽ không bao giờ biết được giá trị của một khoảnh khắc cho đến khi nó trở thành ký ức.

(Sometimes you will never know the value of a moment until it becomes a memory)

Dr. Seuss

Già thật rồi, già cả những nỗi đau

PHẠM NGŨ YÊN

Sinh năm 1945, Việt Nam
nhà báo, nhà văn
hiện sống tại Austin Texas USA

TÁC PHẨM ĐÃ IN

Chia Tay Tình Già
(Amazon, 2020)

Tháng Giêng Đâu Đó Một Bờ Môi
(Amazon, 2018)

Đi Qua Mùi Hương Ngải
(Create Space, 2017)

Chăn Gối Ngày Về
(Tự xuất bản, 2004)

Hoa Bluebonnets Cho Hai Người
(Bình Minh, 1994)

Tất cả tương lai nương tựa vào quá khứ.

—S. D S

Mục lục

Nếu Cuối Cùng là Hạnh Phúc.. i
BẠN TÔI 1
CHIA TAY VỚI NGƯỜI LÍNH KHÔNG VŨ KHÍ 7
CHỊ TÔI 10
EM TÔI 15
HOA CẢI DẦU 18
MÁ CHỜ CON KHÔNG VỀ 21
THƯỢNG THUẬT–NGÔ VĂN CHÂU 26
GỬI NGƯỜI NẰM XUỐNG 32
VĨNH BIỆT ROXIE! 42
DZŨNG CHINH–NGUYỄN BÁ CHÍNH 46
NHỮNG NGÀY NHƯ LÁ 58
THANH XUÂN KHÔNG CÓ VÉ KHỨ HỒI 66
CÓ MỘT THỜI XANH CÂY 73
BIỂN CÓ BUỒN KHÔNG? 83
THÁNG GIÊNG... CỎ NON 94
GIÃ TỪ HEATHERGLEN 108
KÝ ỨC TỪ TRANG VỞ CŨ 114
HOA QUỲ CUỐI NĂM 119
QUÁ KHỨ LÀ ĐIỀU KHÔNG CẦN CỐ LÃNG QUÊN 124
BẾN XE TÌNH ĐẦU 129
LÀM SAO ĐỂ CHIA TAY MỘT TÌNH YÊU? 140

NEW ORLEANS, LẦN TRỞ LẠI 144
TRẢ LỜI MỘT THẮC MẮC 156
THÁNG BA, MỘT GÓC PHỐ QUÊ NHÀ 163
VỀ MỘT GÓC ĐỜI 169
NHỮNG CÂU HÁT CỦA MỘT THỜI KHÔNG NGỦ ... 172
THÁNG BẢY CÒN CÓ NGƯU LANG 177
CHU HẢI CÓ GÌ LẠ? 185
THÁNG TƯ HỒI TƯỞNG 195
TÓC MAI SỢI VẮN 203
MỘT NHÁNH SÔNG BUỒN 213
THÁNG BA XIN GỬI TRẢ 222
NHỮNG ĐIỀU SẼ KHÔNG BAO GIỜ CŨ 235
BẾN SÔNG TRÍ NHỚ 238
TẠM BIỆT NHÉ, NHỮNG NON DẠI CÒN XANH ... 252
Kim Loan viết về tác giả .... a

"Bạn sẽ không bao giờ biết được người ấy quan trọng như thế nào cho đến lúc họ rời đi."

NẾU CUỐI CÙNG LÀ HẠNH PHÚC

"Người hạnh phúc nhất là người biết trân trọng mọi thứ, kể cả nỗi buồn."

(thay lời tựa)

1.

KHI TÔI VÀ EM BIẾT NƠI ĐÓ, cũng là lúc mùa xuân vừa bắt đầu. Tháng Ba hay đúng hơn là cuối Tháng Ba vẫn còn cái rét lạnh làm se da. Mỗi ngày, nghe những lời thầm thì của gió chạm vào tay lái. Con đường vừa xanh những cỏ non. Chúng tôi vừa chạy xe vừa đắm đuối nhìn những cây anh đào và những cây bạch lê hứa hẹn sẽ nở hoa vào những ngày tới, bên những vòi nước phun tưới tự động. Chúng tôi đi qua một nhà bưu điện, một cửa hàng bán lẻ có tên là Walgreens. Một con đường xe lửa cắt ngang một cánh đồng, đằng sau cánh đồng là trường học. Một chung cư cũ kỹ có hai dãy lầu nằm bên góc phải trước khi quẹo vào con đường có căn nhà sẽ mua. Công viên đủ đầy màu xanh nằm sau một bảng Stop.

Người ta có thể quên từng hư thực cõi đời. Nhưng mái hiên che đậy một lòng mưa nơi căn nhà tôi đang ở là một trú ngụ của hạnh phúc. Từ nơi đây, tôi viết xuống những trang đêm trang ngày. Những trăm năm sắt son, những lòng thuyền dài rộng... trong khi tiếng lá cứ chạy đuổi quanh thềm.

Tôi không nhớ bài viết đầu tiên trong căn nhà này có từ lúc nào. Nhưng chắc phải là mùa thu. Chuyến buýt vàng chạy ngang nhà và đậu trước thùng thơ. Lác đác vài đứa học trò bước xuống. Mùa thu làm đau đến tận cùng. Từng giấc mơ nghẹn mùa đưa tiễn tuổi bốn mươi.

2.

KHI CÔ ẤY RỜI XA TÔI, THÁNG MƯỜI MỘT TRƯỚC ngày Lễ Tạ Ơn. Đánh dấu hai mươi mốt năm gừng cay muối mặn. Đánh dấu những ngày giận dỗi quẩn quanh những bất an, những một mình lái xe về một đêm mưa ướt. Những day dứt níu lòng. Những buổi chiều chạy xe ra siêu thị mua một thùng bia, trở về nghe tiếng chì tiếng bấc... đứa con gái đắng lòng đưa chiếc gối ôm che tai. Trần đêm dội xuống những giả vờ. Giả vờ bình thường. Giả vờ êm ổn.

Từ đó tiếng mưa nhảy xổ vào cả giấc mơ mỗi đêm giống nỗi buồn tôi chạy vòng qua ký ức. Nơi giấu giếm nhiều khờ dại. Nơi còn nguyên những bông hồng Tháng Chạp cùng con chim trốn lạnh trong mái nhà. Tôi biết có những cuộc đời thất hẹn không thể đi hết một chặng đường. Người bảo chia tay đi, kẻ ôm lòng đứng đợi…

Có vài người lướt qua đời mình, để lại những dư âm, những vết xước. Và hạnh phúc chân chính không có tiêu chuẩn, không có thước đo. Chỉ cần chúng ta cười nhiều hơn khóc. Chỉ cần chúng ta yêu được ai đó cả đời.

Có một thời tôi thật sự rất đau. Rồi em đến sáng tươi và bước vào căn nhà từng không có tiếng cười—ngay cả khi tôi khánh tận đời mình làm con thú liếm vết thương và đổ thừa cho số phận—ngay cả lúc tôi muốn bỏ hết và học cách mỉm cười. Và em muốn tôi nồng ấm xanh trong trở lại… Ngày đó em cho tôi mượn cái trượt chân của em và cái loạng choạng của tôi và chúng ta va vào nhau đau điếng, để làm nên một tình đầu.

Những mùi hương quen cùng tiếng gió vẫn thổi về nơi con đường Heatherglen. Như những xao động cạn đời để một người đàn ông biết thích nghi và biết sống mặn mà hơn.

Những ngày như vậy tôi vẫn là đứa trẻ trong người lớn. Tìm lại viên sỏi tuổi thơ lạc mất vườn người. Chạy đôn đáo dò tìm những tình yêu đớn đau, những phận người tròn khuyết.

Mỗi sáng tôi đưa em đến quán cà phê quen và tìm đến chiếc ghế từng ngồi. Mùa hè em tụt dép để chân trần chạm lên sàn gạch sạch bóng nhìn những con chim dạn dĩ đến gần. Nhìn những người khách đi qua bàn nhìn em để tôi tự hào vì em đẹp.

Bao nhiêu đó thôi đủ cho đêm về tôi viết lại. Những giới hạn của đời và những mênh mông của tình yêu bỗng ùa về hối hả. Tôi giữ riêng cho mình bầu trời ngày ấy những trong veo cùng những điếng lòng vỡ nát. Giữ riêng bàn tay có những ngón trau chuốt óng ả và đó chính là điều mà tôi cần. Mọi thứ chỉ là giấc mơ…

Thật tình mà nói, đó là quãng thời gian đẹp nhất của tôi và em.

Chúng tôi nhìn thế giới theo cách giống nhau. Và chúng tôi đã sống đời mình trong cùng một chỗ. Có những giấc mơ nhỏ mang màu bông hoa cũ. Những bài hát nghe chơi vơi…

3.

MỚI ĐÓ MÀ ĐÃ MƯỜI LĂM NĂM ĐỐI MẶT CON ĐƯỜNG. Ký ức nhập vào ký ức. Nhưng điều đáng buồn là ai rồi cũng từng lớn lên và quên cái thời non trẻ và tập chờ đợi. Có một ngày nào đó, mình bỗng nhận ra mình đã già. Bỗng nhận ra tiếng gió đang lừng hương ùa về trên buổi chiều công viên đang trở màu lãnh đạm.

Sẽ có lúc và sẽ có một ngày muốn gom hết dở dang để trở về với biển. Người đàn ông thấy lòng bớt bình yên. Trong ngăn kéo trước khi đem chiếc bàn ra sân để bỏ, sót lại vài trang bản thảo. Những trang khan hiếm niềm vui mà dư giả nỗi buồn. Những chân cứng đá mềm muốn đi qua những sầu đạo. Những đủ đầy biết lắng nghe. Những tình yêu quá nhiều dấu hỏi.

Mới đó mà chỉ còn tôi trống không với vuông phòng không còn gì. Vài chiếc kẹp ghim giấy nằm yên trong khi quá khứ đang tồn đọng trong một ngăn khác.

Làm sao để giữ chặt? Làm sao tự ghẻ lạnh đời mình? Những ngày vui chưa vui, nỗi buồn đã ập đến Từ một người không thể thiếu, theo thời gian cũng sắp quên giọng nói của nhau rồi.

Từ một nơi chốn, đất đai bám cứng vào trí nhớ, theo thời gian cũng sắp phải quay lưng rồi.

Tôi nhớ cách thức tôi rời bỏ con đường như vậy. những trang văn bắt đầu và… kết thúc. Làm sao đánh đổi một cái tên, và một ngày thức dậy nghe trái tim bình yên chưa từng mê muội? Những đau đớn hôm qua cũng chưa từng. Những bàn tay chưa vì nhau nắm lại.

Trong cái nắng cháy ran lòng thành phố, thèm nghe cơn mưa mới cũ đổ đầy vào sân nhà. Cây bằng lăng bên kia quán cà phê không kịp khóc một mùa hè. Con đường bồn chồn nhớ—yêu—thấp thỏm. Tự hỏi lòng, trong những giấc mơ của hôm nay có phải là hạnh phúc của ngày trước? Và trong khi tôi nhàu úa một thanh xuân thì em ở đâu, để bây giờ muốn quay lui nói thương một người đến sau mà dường như không kịp. Tình yêu trong một nghĩa nào đó là muốn nhớ một người chứ không phải tập quên một người.

Con đường mới đó đã muốn quên vì không có dịp đi lại. Thời gian mới đó đã không còn trẻ. Để xem, công viên sau nhà bây giờ lối đi có còn hẹp như xưa hay rộng thoáng hơn. Những trái lựu dại có lớn thêm hay vẫn chưa bao giờ trưởng thành. Một mái che cho người đi bộ được dựng lên bằng những thanh gỗ sồi đang được sơn lại. Rồi cơn mưa thay phiên nhau tắm táp bãi cỏ được cắt xén mỗi định kỳ. Từng mảng màu vàng xanh tùy theo mùa, thay cho những ngổn ngang không thể nói bằng lời. Những đóa hải đường thắm đỏ.

Tôi muốn dùng tập sách này để thừa nhận với em rằng tôi rất đau, khi những điều làm em tổn thương, không khác gì làm tổn thương một ký ức. Tôi thật sự muốn trả lại cho em những nụ cười, những vô tư mà ngày xưa tôi lãng quên… em đòi anh trả lại!

Một thời thương em, thương những dại dột bội thu thành những nỗi đau đến thắt lòng… Nỗi buồn do vậy cũng hóa thành cơn mưa đậu xuống vai em, thèm một cái ôm thật khẽ. Một thời vô tâm không hiểu nỗi buồn em, nhưng em không giận anh.

Nếu đến cuối cùng là hạnh phúc. Thì chậm một chút cũng không sao…

Tháng Mười 2023

BẠN TÔI

Cả tháng nay trang nhà tôi bị tê liệt vì lỗi kỹ thuật. May có người bạn trong vùng ra tay hóa giải. Để vừa kịp chia tay với người bạn thân học chung trường chung lớp Trung Học. Và cũng vừa kịp ngơ ngác sáng nay, thấy cuộc đời vô thường, ngắn hạn.

1.

TRẦN QUANG THỌ, BIỆT DANH LÀ THỌ CHÙA, vì anh là con Thầy Giáo Thân—một Tịnh Độ cư sĩ tại Vũng Tàu của thập niên 60 về trước. Thọ nổi tiếng đẹp trai, hào hoa. Sau khi rời trường Thọ xin vào làm thông dịch viên cho hãng thầu RMK.

Sau 1975, Thọ lập gia đình với người phụ nữ có Pháp tịch, nên được Tòa Đại Sứ Pháp bảo lãnh trở thành một dân Tây đúng nghĩa. Năm 2001 anh đưa gia đình sang Mỹ định cư. Chỗ tạm dung thứ nhì là thành phố Garland, Dallas. Anh sớm thành công so với những bạn học chúng tôi. Hiện đang làm chủ một tiệm nail và chủ một cơ ngơi đáng nể…

Ngày còn nhỏ, chúng tôi ở cùng chung Xóm Mới, gần chùa Tịnh Độ — thường những ngày Lễ Tết, Rằm lớn hoặc Vu Lan, có phát "bánh cúng", "bánh cấp" cho các người nghèo. Thọ lén lấy bánh trong nhà bếp của chùa đem ra cho chúng tôi, và cùng ăn với nhau, bị mấy bà già bắt gặp, mắng quá xá.

Cuối Tháng Chín năm rồi, chúng tôi còn gặp nhau trong tiệc cưới con người bạn thân. Thọ có vẻ không khỏe, bác sĩ nói tim và phổi Thọ đang có vấn đề.

Chúng tôi chia tay, chúc nhau giữ gìn sức khỏe, để mai mốt còn gặp lại. Ra xe, còn nói với nhau hai tiếng "bảo trọng"...

Bây giờ Thọ ra đi. Mình sẽ không còn gặp lại nhau nữa rồi, Thọ ơi. Bạn đang ở đâu đó? Tôi rất nhớ giọng nói quen thuộc của bạn trên phone...

"Tao đây… Mày đang làm gì đó?"

Cầu mong vậy thôi, nhưng cũng biết chắc bạn sớm về ở cõi Niết Bàn…

2.

CUỐI THÁNG NĂM, TÔI ĐƯA QUỲNH VỀ DALLAS thăm lại nhà bạn tôi. Về để thăm chị Thọ và hai cháu, Bảo và Thảo. Nắng chói chang trên những cây bằng lăng nước—crepe myrtle—hai bên đường Roan. Màu hoa đỏ thắm lan tỏa như một hạnh phúc buồn. Ngã tư chạy qua một con hồ vùng Garland vẫn còn rợp xanh những cây đổ tùng, những cây liễu.

Ngôi nhà xây kiểu Mỹ nhưng bên trong đậm nét Âu Châu vì bạn tôi lúc còn trẻ từng là chủ một tiệm ăn ở Nancy, một thành phố thuộc miền đông nước Pháp. Tủ rượu vẫn còn sót lại vài chai rượu vang hảo hạng mà sinh thời Thọ vẫn thường tự hào rót ra mời chúng tôi. Những khay đựng thức ăn, những vật dụng dùng để ăn đầy phong cách nhà giàu ở ngăn tủ đang nhìn ra.

Bây giờ, chắc lâu lắm những chai rượu đó mới được khui để mời khách và những ly chén ít có cơ hội thăng hoa trên chiếc bàn ăn sáu chỗ ngồi. (Lâu lâu, từ chỗ làm về, Bảo có khui một chai và nhấm nháp một mình.)

Bây giờ, sự có mặt của hai chúng tôi đã vô tình khua khoắng lại những điều như vậy, như khơi dậy một lớp bụi từng bám chặt xuống mặt bàn quá khứ. Chúng tôi đã làm kinh động một giấc ngủ đẹp vừa bay qua vuông sân và khu vườn mới mẻ. Nơi có những cây lựu vừa trổ bông. Những cây quýt vừa ra trái… Và những khóm hoa tử đinh hương, hoa tulip, hoa linh lan thảo, hoa hẹ… Và còn nữa.

Và, tệ thay, trong một ý nghĩa nào đó, tôi và Quỳnh đã vô tình làm cộm lên một tiếng thở dài…

Ngôi nhà đó, từng chứng kiến những đám bạn của Trung Học Vũng Tàu ghé lại, ồn ào. Từng ghi nhận những cái bắt tay thật chặt vừa để đo lường sức khỏe, vừa đánh giá sự thành bại của nhau. Ngôi nhà đó, từng nghe ngóng, ngạc nhiên về những mối tình thơ dại của chúng tôi khi còn đi học (tất cả không ngại ngần tố khổ nhau trước mặt các bà vợ…)

"Hồi đó tao thấy mày đang theo em X…"
"Hồi đó mày nhờ tao đưa thư cho em H…"
"Mày chứ không phải tao à nhe?"
Rồi cãi cọ… rồi bán cái… rồi… quê một cục…
Vậy đó. Trong phút chốc tự nhiên những gã con trai già nua cảm thấy ngậm ngùi. Những tình yêu bèo bọt hơn nửa thế kỷ còn gì đâu nhắc lại? Họa chăng đó chỉ là cái cớ làm hao dần những món ăn của bà chủ nhà. Họa chăng chỉ là cái cớ để trái tim đập trở lại những nhịp bồi hồi, mê đắm. Và cuối cùng, nhắc lại, để cùng tương tư một vùng biển…

3.

THÁNG GIÊNG NĂM 2016, THỌ QUA ĐỜI. Năm đó anh vừa 70 tuổi. Khi tôi viết những dòng này, Tháng Tám năm 2017. Đã hơn một năm rưỡi.

Sự ra đi của anh rất thanh thản nhưng gây trong lòng chúng tôi cái sốc lớn. Dù sao, chúng tôi đều suýt soát tuổi nhau. Trên cuối chặng đường dương gian, người nào dừng lại, hay ngồi xuống, hay lìa bỏ cuộc chơi cũng đều làm ngại ngần những bước chân kế tiếp.

Ao ước của Thọ mà tôi từng nghe là, anh muốn khi nằm xuống, tro cốt từ sau một hỏa thiêu, gia đình sẽ đem về Vũng Tàu, rải xuống Bãi Trước, nơi từng rõ nét những dấu chân lang bạt của người con trai út gia đình Chùa Tịnh Độ. Nơi tình yêu rời rộng đậu xuống những bến bờ, trước khi neo lòng anh thả xuống thực sự…

Rồi cũng nghe kể lại, một lần anh về thăm quê, nhìn thấy một vùng đất rất êm ả, thơ mộng dưới chân Núi Lớn, gần Bãi Dâu, anh ao ước được có một căn nhà tại đó.

Bây giờ, những tâm nguyện trước khi chết của anh đã hoàn thành.

Tro cốt của anh đã bay đâu đó trên biển, theo gió để ra khơi. Ra chạm đến những hồn tàu và những neo thuyền mờ mịt. Chắc anh nghe được tiếng sóng va đập vào gành đá mỗi ngày như tiếng va đập của định mệnh. Mỗi đêm, nếu còn đủ đầy những lãng mạn, anh sẽ hóa thân thành một vì sao nằm cao hơn ngọn hải đăng, nhìn xuống mặt biển đời bao la…

Anh cũng không cần tìm kiếm một thửa đất trống ở đâu đó. Vì trong ngôi chùa của người bà con của Thọ, đang lưu lại di ảnh và bài vị của anh.

4.

PATIO SAU NHÀ, CÓ SỨC CHỨA GẦN HAI MƯƠI CHỖ ngồi, nhiều lúc quạnh hiu. Ba con chó giống Fox dễ thương cũng lần lượt theo chủ nó.

Ngôi nhà số 4313 Lauren sẽ thưa dần những đời xe lữ thứ về đậu lại trước thềm parking.

Chiếc ghế xích đu hai chỗ ngồi từ nay sẽ chỉ còn một người ngồi. Chiếc bàn tròn bằng kính cũng vậy, Chỉ có một ly cà phê. Khói từ đó lan tỏa yếu ớt, mảnh mai như dáng ngồi của người đàn bà góa bụa.

Chị Thọ đưa Quỳnh ra sau vườn để cắt cho Quỳnh những cọng rau. Chúng đang vươn mình hớn hở tươi xanh, mặc cho mùa hè đang lầm lũi. Trên lưng dựa chiếc ghế có triệu chứng già nua, chiếc jacket màu cà phê sữa mà Thọ thường mặc khi ra ngoài mùa lạnh, đang máng hờ hững. Những sợi vải không phải cũ mà giống như cũ, nên lòng thấy bâng khuâng? Tôi quay nhìn chị, cũng vừa gặp ánh mắt chị. Lòng chợt đắng nghe sững sờ hai câu thơ: "đập cổ kính mong tìm thấy bóng… xếp tàn y lại để dành hơi…"[1]

Khi ra xe, vẫn cái ôm chặt như ngày nào chưa hề lạc mất nhau, chị nói, giống như Thọ từng nói với tôi. "Hãy bảo trọng và giữ gìn sức khỏe…"

Qua vai Quỳnh, qua chiếc áo đầm in hoa của Quỳnh, tôi thấy màu nắng sáng Chúa Nhật đang khiêu vũ. Rực rỡ không kém và cũng buồn đau không kém. Và thêm một câu nữa: "Hãy giữ hoài cái hạnh phúc đang có…"

Chị nói với chúng tôi hay là nói riêng với chị?

---

[1] Thơ Vua Tự Đức

CHIA TAY VỚI NGƯỜI LÍNH KHÔNG VŨ KHÍ

1.

THÁNG CHÍN NGHE CƠN BÃO ĐI QUA. Nhưng Tháng Chín còn nỗi buồn khác.

Khi tôi trở về đường Bellaire, ngang qua chợ Hồng Kông 4, có tiếng gió vịn ngoài cửa kính xe. Cùng lúc tiếng chim non ngỡ ngàng kể về một người lính vừa thực sự nằm xuống.

Tinh cầu nào anh đến chiều nay và ngọn gió nào nâng anh lên chạm đến một vĩnh hằng? Hôm nay anh đã rời bỏ chúng tôi để chạm tay vào ranh giới—những điều giữa có và không, giữa còn và mất—Những năm tháng anh sống thản nhiên như một chiếc bóng giữa đời thường nhưng đẹp lạ kỳ và lấp lánh lạ kỳ. Cái thời mà anh chưa biết hoang tàn tình yêu. Chưa nhạt màu tóc trẻ.

Hạnh phúc không là những cơn mưa mau, nhưng sao anh giống như một trượng phu băng qua bóng đêm và gắng sức ngược dòng. Những dòng văn của anh, dù trong hình thái nào, trong cách viết nào cũng ngào ngạt những điều ngỡ rất cũ xưa, nhưng tươi mới trong lòng người đọc. Anh đã nói thay cho chúng tôi những điều phải nói.

Đọc anh, cùng lúc khám phá ra anh sự bí mật đằng sau một buồng tim khát khao điều thiện mỹ. Mỗi con chữ là một lấp lánh cõi lòng lạc quan dù đôi lúc nỗi đau ùa về thơm lừng. Anh chớ không là ai khác, đã đem những người lính bại trận vào mọi trang văn. Đằng sau những trang văn là một đầm đìa Tổ Quốc mang tên Việt Nam. Nơi từng chứng kiến bất hạnh và lạc thú như định mệnh quẩn quanh bên suối đời nhân quả.

(Nơi mà những chàng trai cô gái nắm tay vào đời. Họ lớn lên như cây và hồn xanh như lá. Những bàn chân chưa biết mỏi đường dài. Những tháng năm chập chờn như bóng.)

Giá như chúng ta không nói với nhau lời từ biệt thì hay biết bao! Những trang đêm trang ngày của một người lính sẽ như một mùi thơm…

Có những nỗi đau không thể nói bằng lời.

Và chúng ta, không cần phải khóc…

2.

AI ĐÓ NÓI RẰNG: "MẶT TRỜI CHẲNG BAO GIỜ hiểu được nó tuyệt vời như thế nào, cho tới khi nó ngã xuống bức tường của một tòa nhà."

Anh cũng vậy. Chắc anh không biết anh tuyệt vời thế nào trước những điều anh để lại cho đời. Những bước đi chân cứng đá mềm và một trái tim nhân hậu.

Anh đi qua chúng tôi nhẹ nhàng, không vồn vã. Cũng không hối tiếc những gì chưa kịp đủ. Những gì anh đã làm thì đã làm rồi. Những vinh quang và những vòng nguyệt quế anh đâu có cần… Anh chỉ cần mọi người nhớ đến anh… Phải không?

Hôm nay Houston đang ngày chớm thu.

Có điều gì đó cuối đường chia tay khi gió heo may về đơn lẻ.

Có điều gì đó sáng nay làm cho những trái tim chợt lạnh… chợt nhớ…

Vòng bánh xe lăn không muốn níu chân ai lần lữa.

Những chiếc lá không còn thiết tha xanh. Chúng lặng im vì cũng cảm nhận được tiếng thở dài thành tiếng nấc trong khi nỗi đau thì không hình hài.

Nguyễn Mạnh An Dân, người lính già của mặt trận Nam Hoa Kỳ—một trong những cổ thụ mấy mươi năm—đã từ bỏ chúng ta đi ngày hôm qua rồi.

Tôi nhủ lòng:

"Đừng khóc…! Đã quen với nhiều mất mát lắm mà…"

CHỊ TÔI

1.

TÔI SỐNG GẦN CHỊ QUÁ ÍT, NGOẠI TRỪ THỜI THƠ ấu chúng tôi ở chung với nhau trong gia đình. Nhà có năm chị em. Ngoài bà Chị lớn—thứ Hai—Chị là Chị thứ Ba. Sau khi đậu Trung Học, Chị xin với Má tôi về sống ở Sài Gòn, vừa đi làm vừa đi học thêm. Lý do đơn giản chỉ có vậy. Nhưng trong tận lòng chúng tôi biết vì nhà nghèo, nên Chị muốn tự lo thân và không muốn mình trở thành một gánh nặng cho gia đình.

Trước năm 1960, Chị Hai tôi buồn gì không biết, xin Má tôi đi vô chùa tu. Bây giờ đến Chị. Căn nhà nhỏ dưới chân Núi Lớn đã vắng lại càng vắng thêm.

Khi vào lính, tôi nghe Chị lập gia đình. Chồng Chị cũng là lính truyền tin như tôi. Rồi sau đó là những tin tức vất vả từ gia đình Chị. Rồi những đứa con lần lượt ra đời.

Má tôi nói, Chị tuổi ngọ, nên suốt đời chạy đôn chạy đáo. Nhiều lần Chị đem con về thăm nhà, hay Má tôi nhớ cháu ngoại quá, lên thăm, thấy hoàn cảnh Chị khó khăn Bà thương mà không giúp gì được nhiều nên buồn. Rồi buồn, Bà chê Chị không lanh lợi, tháo vát, để theo kịp với đời. Bà thường nói với chúng tôi về Chị: "Xa nó tao mỏi chân, gần… thì mỏi miệng."

Đôi khi tôi nghe tin Chị có một tổ ấm đàng hoàng. Nhưng không lâu, dời đi, rồi có lại một tổ ấm khác. Tôi đi lính xa nhà, mỗi lần về phép ở Sài Gòn, muốn ghé thăm Chị tôi phải hỏi Má tôi. Lúc thì Chị ở Khánh Hội, lúc thì ở Phú Nhuận. Có lúc nghe Chị đang ở Gò Vấp. Ngặt một cái là không có nhà nào của Chị ở ngay mặt tiền mà toàn ở trong hẻm. Còn Chị Hai, cũng vậy, khi ghé thăm, sau một hồi vòng vo ngoài đường, bước vào nhà Chị cũng la: "Tụi bây ở chi cái nhà mà khó tìm vậy?" Chị Ba chỉ cười.

Thời gian dài, tưởng Chị ổn định khi chị có một chỗ ở và buôn bán nhỏ tại ngã ba Tam Hiệp Biên Hòa. Đó là những năm Chị ăn nên làm ra. Giữa Tháng Ba tôi giải ngũ về, ghé thăm gia đình Chị và không định ở lâu nơi đó. Sài Gòn và những ước mơ viết lách kéo tôi bay bổng—nên một góc sân chan hòa nắng ngày, hay tiếng gió làm rung động mép mùng đêm—không đủ giữ chân tôi lâu dài. Ngôi nhà ba gian vách ván lợp tôn dù không bề thế nhưng rộng rãi thoáng mát, đủ chỗ cho Chị vừa buôn bán vặt vãnh, vừa làm chỗ sinh hoạt cho cả gia đình. Bốn đứa con của Chị—một trai ba gái—cũng lớn lên từ đó…

Nhiều buổi chiều chờ ông anh rể đi làm về, Chị làm cơm dưới bếp. Mùi thức ăn bay lừng trong nhà ra tận sân, nơi có những thân chuối ào ạt xanh mướt chờ ngày trổ buồng. Một bờ tường thấp ngăn chia xóm nhà bên kia là một khoảng đất trống mà từ bao giờ không biết, trở thành sân đá gà cuối tuần. Những ngày nắng lên, mưa xuống, ồn ào vọng động những tiếng reo hò, thách thức tiền bạc bên cạnh những con gà tả tơi lông cánh đang nhảy xổ vào nhau. Hình ảnh đã làm tôi bồi hồi và cuộc đời nghe chừng bớt đi những thơ mộng.

Một chiều gần cuối Tháng Tư, trong lúc mọi người đang náo nhiệt hơn thua trong sân gà, tiếng đạn pháo từ đâu bay về, ngang qua xóm nhà Chị, làm mất đi vài thân chuối. Tiếng kim loại chạm vào mái tôn tê điếng. Tiếng cành nhánh bị gãy. Những con gà đang đấu bỏ chạy táo tác. Cuộc hơn thua bỗng dưng khựng lại. Mạnh ai nấy rời đi.

Đêm đó, gia đình Chị tôi ngủ trong hầm được đào sẵn dưới bộ ván ngựa, chung quanh che chắn sơ sài bằng những bao cát. Ánh sáng từ ngọn đèn dầu trên miệng hầm không soi rõ hình hài. Những thân phận nhỏ nhoi…

Sáng hôm sau, coi bộ tình hình không êm, Chị nói tôi ở lại coi nhà giùm cho Chị vài ngày. Còn Chị dắt mấy đứa nhỏ về Vũng Tàu. Tôi không vui không buồn và lòng đôi chút bâng khuâng khi lần đầu chủ trì một cơ ngơi nhỏ.

Sau ngày Chị đi, buổi chiều tiếng đạn pháo của bắc phương bay về nhiều hơn. Trong xóm đã có thêm vài gia đình bỏ nhà. Sáng ngày ba mươi, tôi khóa cửa nhìn căn nhà của Chị lần chót, nhập theo đám đông từ hướng Biên Hòa đi bộ về Sài Gòn. Đi từ sáng sớm, gần trưa, đến nhà máy xi măng Hà Tiên, nghe Dương Văn Minh đầu hàng.

2.

TRƯỚC NGÀY ĐỊNH CƯ HOA KỲ, TÔI GHÉ THĂM CHỊ. Lúc này Chị về ở hẳn tại khu kinh tế mới Tân Phú. Tôi không nhớ đó là căn nhà thứ mấy trong cuộc đời Chị. Cũng vẫn nằm sâu dọc ngang trong mấy con hẻm. Lại thêm một khu chợ chồm hỗm án ngữ trước cửa từ sáng đến chiều.

Những đứa con đã trưởng thành và vài đứa ở chung với Chị. Vài đứa có sự nghiệp riêng. Chúng cũng vào đời sớm như Chị nhưng hình như biết cách xoay sở hơn.

Với tôi, Chị là một người suốt đời lạc quan. Đối phó với đời sống lắm khi gai góc, Chị luôn cười bao dung. Bao dung đến độ tin người một cách dễ dàng. Với con cái, Chị luôn là bóng mát chở che cho chúng những nghịch cảnh muộn phiền.

Tôi cũng không thường xuyên gần Chị để học biết được những điều tích cực từ Chị. Nhưng tôi biết Chị là người mà Má tôi thương yêu nhiều nhứt trong mấy đứa con. Có thể vì Chị vào đời sớm và nghe thất bại sớm dấy lên trong lòng. Có thể bởi Chị luôn cứ trôi dạt và mang những đứa con cùng trôi dạt với mình. Tận trong trái tim của Má tôi, đứa con đáng thương nhất là đứa con thất bại nhiều nhất. Máu chảy ruột mềm mà.

3.

VÀI GIỜ TRƯỚC KHI BƯỚC QUA MỘT NĂM MỚI, CHỊ tôi ra đi.

Chứng bệnh tiểu đường dẫn đến cao huyết áp đã đến với Chị. Nhiều tháng trước tôi nghe tin Chị vào nhà thương và sau đó về nằm ở nhà. Không ăn uống và cơ thể suy nhược dần. Những ngày này gió cứ mơn man. Những nhánh sông nghe rạn một bờ đau khi chảy xuôi vào biển.

Chị Hai tôi, ở chùa lên nhà đứa con cháu út chủ trì lễ tẩm liệm Chị Ba—Đức Hòa, Đức Huệ cũng là địa danh chót trong danh sách chỗ ở—vì nơi đó có căn nhà cuối cùng của Chị.

Vài ngày nữa, tức mồng bốn Tết Âm Lịch, đám con cháu sẽ làm lễ hỏa táng và tro cốt Chị sẽ đưa về chùa của Chị Hai tôi. Trong đó cũng có tro cốt Ba Má tôi. Và cả đứa em gái kế tôi vừa ra đi năm rồi. Tôi cũng mất một dịp trở về, mất nhìn lại nụ cười bao dung của Chị.

Đi đâu rồi cuối cùng Chị cũng về lại mảnh đất mà mình đã bỏ đi. Đó là điều vui và cũng nói lên sự tích cực khác của cuộc đời?

Má tôi chắc không còn hơi sức đâu để phàn nàn hay cằn nhằn với Chị hoài về những căn nhà nằm sâu trong hẻm. Cả hai người, gần nhau đến nỗi Má tôi không cần thiết để nói lên điệp khúc: "Xa nó tao mỏi chân, gần… thì mỏi miệng."

Mồng một Tết Kỷ Hợi, 2019

EM TÔI

1.

TÔI THỨ TƯ CÒN EM THỨ SÁU. Năm 2014 tôi về thăm nhà. Nhà Em gái tôi ở gần hang Ông Hổ. Căn nhà nhỏ thiếu trước hụt sau ngoài một chỗ để ngủ nghỉ, một phần phía trước dùng bán cà phê cho dân ở cùng xóm. Trước ngày tôi về lại Mỹ hai mẹ con mời tôi ăn một bữa cơm trưa. Nhà không có bàn, ngồi dưới đất vừa ăn vừa nghe cái mát lạnh của nền xi măng lan tỏa. Tiếng xe gắn máy vụt qua cuối hẻm và tiếng con nít cãi lẫy với nhau về một trò chơi nào đó. Từ nhiều chục năm rồi tôi mới có dịp ăn bữa cơm ngon miệng đậm nét gia đình. Em biết tôi thích *"cá đục kho tiêu và rau muống xào tỏi"* nên đã làm hai món đó.

"Anh Tư ăn tự nhiên nghe." Em nói.

Tôi ngủ qua đêm tại căn nhà dưới chân núi. Nửa đêm chợt thức, nghe tiếng gió thổi từ biển về, vòng vo, rượt đuổi nhau và cuối cùng tụ lại dưới những cành bông sứ. Con gái Em, Bé Thơ—làm ca chiều trở về nhà gần giữa đêm—tôi nằm nghe tiếng mở cửa, tiếng dội nước và tiếng của thạch sùng chặc lưỡi. Trên trần nhà nhòe nhoẹt ánh điện, mái tôn cũ in hình những đường sóng bị thời gian làm rỉ sét giống như đường rầy chạy ngang qua những sân ga. Qua những cuộc đời không hội tụ.

Trở lại Mỹ, với một bố cục buồn bã như vậy, tôi viết bài *"Gởi Lời Thăm Mùa Xuân."*

2.

NHỚ KHI SÀI GÒN SỤP ĐỔ, TÔI CŨNG VỪA GIẢI NGŨ về. Lang thang từ nơi này đến nơi khác, cuối cùng không còn chỗ để lang thang, tôi trở về sống cùng má tôi. Căn nhà lọt sâu trong hẻm Lê Lai và Nguyễn Thái Học, bên kia đường là quán bánh bèo Nhị Nữ. Nơi căn nhà đó, Em tôi ở cùng Má tôi, vừa làm thợ may vừa mở lớp dạy trong xóm.

Lúc đó Em vừa có tình yêu. Từ tình yêu đó sinh ra một đứa con gái. Đời sống hơi vất vả nhưng không đến nỗi nào. Hai lần đổi tiền Em vẫn trụ được. Đến lần thứ ba, nghe Em bệnh. Em may ít hơn và bớt thâu nhận học trò. Má tôi không biết làm gì ngoài việc bếp núc, mỗi tuần vài ba ngày Bà đi làm công quả ở chùa. Tôi làm một đứa con trai thất thời lỡ vận có thời gian sống nhờ Em tôi. Rồi tôi lập gia đình ra riêng. Rồi may mắn được định cư ở nước ngoài. Và một thời gian nghe tin Em vẫn còn bệnh. Còn Má tôi thì mất.

Cách đây hai năm, Em tôi bán căn nhà riêng của hai mẹ con ở đường Trần Hữu Độ, dọn lên Sài Gòn. Hai mẹ con sống cùng nhau và khi tôi gọi về, nghe Em nói đời sống cũng tạm. "Chỗ mới không rộng rãi lắm, nhưng mai mốt anh Tư có về, cũng có phòng riêng cho anh Tư ở..." Tôi hứa với Em... Nhưng chắc không kịp nữa rồi.

Thứ sáu vừa rồi—23 Tháng Sáu năm 2017—Em vừa rời bỏ đời sống phiền muộn này để về gặp lại Ba, Má tôi, và ông Bà Ngoại, ở một nơi chốn nào đó. Em đi bình an, thanh thản và không kịp nói với ai lời chia tay. Ngay cả con gái thân yêu của Em...

Tôi tự hỏi cuộc đời sao có nhiều nghịch lý quá vậy? Tự hỏi, mà bồi hồi vì không giải đáp được và nghe cay ở mắt. Năm nay Em tôi 66 tuổi.

Chúc Em sớm siêu thoát. Và vui thỏa ở một nơi không có buồn rầu, không có đau khổ, như những ngày tháng cũ của Em. Như tình duyên buồn bã của Em. Tạm biệt nhé...

HOA CẢI DẦU

1.

CÓ NGƯỜI VỪA NÓI VỚI TÔI LÀ CANADA ĐANG MƯA và mùa thu là nỗi buồn lén lút. Nó làm cho chúng ta mềm yếu và cứ mặc cho thời gian nổi trôi bềnh bồng.

Nhưng sáng nay nỗi buồn thật sự đến với tôi khi hay tin anh nằm xuống. Người đàn ông từng hào hoa những tiếng thơ bạt ngàn. Từng lạc quan ôm trong tay cuộc đời vừa chật hẹp nhưng cũng mênh mông không kém.

Tác giả của Bình Minh Câm—Nguyễn Đức Bạt Ngàn (Nguyễn Đức Cẩm)—vừa thực sự ra đi, thực sự trở về lại bờ sông Ô Lâu và ngôi làng Vĩnh An, Huế.

Từ cuối Tháng Ba năm 2018 anh đã "cùng bệnh tật đấu đá lẫn nhau", có lúc anh tưởng như thủ huề, có lúc tưởng chừng không qua khỏi.

2.

TRONG NGÔI NHÀ CỦA BẠN TÔI TẠI EDMONTON, cái lạnh lướt thướt ùa qua từng chỗ ngồi. Ngoài vợ chồng chủ nhà, những khách mời đêm đó có anh chị Nguyễn Đức Bạt Ngàn, anh chị Thân Trọng Phúc, có cô gái trẻ Kim Loan, và chúng tôi. Bia bọt làm những người phụ nữ lúc nào cũng cười, cũng hồng hào nhan sắc… Làm như thế giới này chỉ toàn thanh xuân để họ ban phát nhau những mắt đẹp môi cười.

Trần Nho Bụi với anh Nguyễn Đức Bạt Ngàn là bạn lâu đời trong một thành phố mến mộ những điều lãng mạn, trong khi tôi chỉ gặp anh lúc tôi về Canada. Tôi không thể không nhắc đến điều này vì chính lúc biết và hiểu anh là lúc gặp mắt anh nhìn. Vì đôi mắt là cửa sổ của tâm hồn mà.

Dưới ngọn đèn đường cháy sớm bên ngoài, tôi vừa biết đằng sau dáng vẻ khinh bạc kia là một người đàn ông già có trái tim trẻ ấm. Hình như… những lời thơ ngã xuống những trang đời máu lệ kia, là một giấc mơ có thể—trong một phận đời—không thể. Thơ anh lồng lộng giống như những cánh buồm đã thề hẹn với sông thơ, mãi loanh quanh những bến bờ lận đận…

Chỉ đôi lần tương ngộ ngắn ngủi dường ấy… mà hôm nay với tôi thành nỗi im kéo dài?

3.

TRONG LỜI TỰ PHÁC HỌA, VIẾT NGÀY 20 THÁNG Sáu năm 2019, là những lời tâm sự và di ngôn báo trước từ người đàn ông vừa chạm đến miền tử sinh. Lòng tri ân cuộc sống đã cho anh dự phần, đồng thời cảm ơn sự chết.

Anh thênh thang đi vào đó như đi vào một thân ái miên viễn.

Hôm nay, Anh buông tay Chị rồi—một phụ nữ đầy hương sắc với anh—mà trái tim vẫn không chịu đớn đau.

Hôm nay, không còn ai hái cho chị đóa hồng non trước khung cửa chị ngồi. Để cùng níu kéo cái thời là của nhau, của những ngày chưa biết đến!!!

Canada từng là nơi sản sinh ra hoa "Canola"—người ta gọi là hoa cải dầu—vì hoa được biến chế thành dầu ăn bán cho toàn thế giới. Những cánh đồng trùng điệp màu hoa giống như một thảm vàng chạy đuổi theo mặt trời. Một cây sơn táo mọc giữa đó. Có khác gì anh?

Anh đi qua đời này ràn rụa một cõi thơ, một nhân cách.

Giữa hồn nhiên hay giữa xót xa, anh vẫn ngẩng cao đầu và lời thơ chất ngất. Chỉ cần bàn tay đưa ra là đã chạm đến tình yêu, vẫn còn đâu đó, dịu dàng.

MÁ CHỜ CON KHÔNG VỀ

Tháng Mười có ngày mất của Má tôi (28/ 10/ 2021) tức ngày 23 tháng 9 Âm Lịch.
Cả một đời dài của Bà để sống trong lòng một đứa con hư... chỉ còn lại ngày này...

1.

THÁNG MƯỜI VỪA NGHE TRONG LÒNG một chút sương sớm. Mùi hoàng lan của đêm quẩn quanh theo bánh xe chạy vòng về ký ức. Nỗi buồn từ lâu ngỡ đã chôn chặt, giờ không đánh thức mà vẫn dậy giữa đời thường.

Cách đây nhiều năm, một đêm tôi gọi điện thoại về thăm nhà. Trên đường dây viễn liên tiếng Má tôi run rẩy. Bà buồn bã nói mong được thấy tôi trở về thăm nhà. Tôi trả lời với Bà là chưa thể về được. Câu trả lời dù đắn đo, nhưng bao hàm sự dứt khoát.

Trên những khung cửa kính quay ngược mặt lên màu trời đêm, tiếng gió nghe rền rĩ. Tôi đắng lòng nghe tiếng thở dài của Má tôi. Một khoảnh khắc trôi qua nhưng sao dài cả một đại dương mênh mông và núi non chập chùng.

Tiếng gác điện thoại từ tốn của Má tôi—sự từ tốn luôn có ở Bà từ bao nhiêu năm.

Khi Ba tôi nằm xuống, Má mới chừng ba mươi. Người đàn bà chưa từng biết dư thừa mùa xuân hoặc nếu có thì mùa xuân đó chỉ ngắn hạn. Má trải hồn mình trên những tháng năm bên bầy con chưa biết buồn, và mỗi đêm nghe cơn mưa chạy dài trên mái nhà, nhủ lòng đừng khóc.

Tôi không biết tại sao tôi lại làm cho Má tôi buồn vì một điều đơn giản như vậy. Đằng sau thành công phù phiếm của tôi—có bao nhiêu giòng lệ rướm buồn của Má? Biển của Má muôn đời vẫn xanh. Nhiều mùa xuân tôi không về. Má vẫn biết vậy, nhưng vẫn dựa lưng vào biển để ngóng trông.

Những chuyến xe chiều đậu lại trong thành phố, không có đứa con cứng đầu của Bà bước xuống. Từng mâm cơm muộn bên gian bếp nhỏ và những ngày nắng gió thổi qua vai Bà. Vắng đâu đây, tiếng chim cũng trốn biệt không rơi xuống nhánh cũ. Những hoa sứ không còn màu trắng mịn màng như ngày tôi ra đi.

Có những món nợ quẩn quanh đời cơm áo và những lời hẹn lúc tuổi xanh. Có những cây cầu bắt ngang qua tương lai đã trở thành lỗi nhịp?

Có những nhánh sông đem theo phù sa mỡ màng về làm hạnh phúc cho biển. Còn tôi. Không có một lời hứa để làm no đầy mong đợi của Má tôi. Một chút nào cho lớn khôn và một chút nào cho dối lòng?

Bây giờ Má tôi đã ra người thiên cổ. Năm Bà mất là năm 1997. Tôi cũng vừa bị thất nghiệp. Trong căn nhà đường Heatherglen, con gái tôi mở lại *tape* băng có ghi lại đám tang của Bà Nội nó.

Trong đám tang, có rất nhiều người đến viếng thăm, có nhiều người tôi biết rõ mặt và cũng có những người tôi không biết. (Tôi cố gắng giữ hình ảnh của họ mong sau này nếu có dịp trở về ghé lại nói lời cảm ơn.)

Trong băng, giữa hình ảnh xôn xao, thấp thoáng của người tiễn đưa, lời nhạc *Tám Điệp Khúc* do Giang Tử hát—làm nền cho nội dung phim—dẫn tôi đi từ cảnh vật này đến cảnh vật khác. Những khoảng trời khờ dại nhìn xuống góc phố hẹp cùng những con đường nhỏ. Góc đường Lê Lai và Nguyễn Thái Học có một cái quán bán chả giò có tên là Nhị Nữ (sau này không biết có còn không?) Nhà cũ của Má tôi ở đó—sau lưng một nhà thuốc tây—Vài năm trước khi Bà mất Bà đã bán đi và chia cho mấy đứa con sống chung với Bà để gầy vốn làm ăn.

Tiếng tụng kinh của vị Sư trụ trì tại chùa mà đương thời Má tôi từng đến làm công quả. Màu đèn nến lung linh và cùng lúc tôi cảm nhận được mùi của nhang thơm mới vừa bay qua khứu giác?

Lần đầu tiên, tôi nghe tiếng hát của Giang Tử. Và cũng từ cái đêm tẻ nhạt đắng đời, tự dưng tôi biết yêu người ca sĩ có cái giọng trong ấm—như yêu cả những ngày úa nhàu lính tráng. Tự dưng yêu luôn cái hồn của *Tám Điệp Khúc* của nhạc sĩ Anh Việt Thu. Một bài hát không phải tôi mới nghe lần đầu. Nhưng đêm đó sao lướt thướt một hồn mưa và lăn tăn những sầu đạo?

Vậy mà thăm thoát mấy chục năm. Những gì còn sót lại trong trí nhớ cũng cạn hẹp. Những gì trong căn nhà cũ ở hải ngoại như sách báo, như những cuộn băng giờ đã lỗi thời không thể xem được. Tôi để chúng nằm yên trên một ngăn kệ khiêm tốn ngoài nhà để xe. Nhiều khi, giữa sự thinh lặng của đêm và giữa những giả vờ cứng cỏi, tiếng mưa có tạt về làm lay động rèm cửa như một kỷ niệm không còn là màu xanh, tôi vừa biết rằng quá khứ không bao giờ có lỗi. Lỗi thuộc về mênh mông.

Đêm thị thành hiếm muộn những vầng trăng. Những cây sao thiếu lá nằm vắt ngang con đường ra nghĩa trang, giống như tuổi thơ của tôi chạy ngang qua những tháng ngày góa bụa của Bà. Tôi bồi hồi viết xuống những câu thơ, y hệt như hơi thở dài bồi hồi của Má tôi lúc Bà gác máy điện thoại:

"Ngày Mẹ đi
Con không về để tiễn
Hình như Sài Gòn xám xịt môi khô?
Hình như dư một mảnh khăn sô?
Mưa vẫn bay nghiêng trên nghĩa trang mùa bão
Mưa vẫn bay nghiêng trên những loài đồng thảo
Ai vuốt dùm con hốc mắt đêm sầu?
Ai nghiêng mình trên ngực lép ung thư?
Mẹ đang ngủ, với môi cười Bồ-Tát...?"

2.

NHỮNG GIỌT NƯỚC MẮT RƯNG RƯNG. NGƯỜI ĐÀN ông già—rất già—cúi đầu đi qua một công viên, qua một quán cà phê không muốn ghé vào. Không ai mời mình một ly cà phê đắng và những bông hồng Tháng Mười vẫn còn nguyên trên lối đi. Cơn gió thu làm se môi và những cánh chim đen làm rã rượi một bờ đường.

Ngày còn sống Má tôi thường nấu đồ chay trong những ngày cuối tuần. Một lần về phép thấy Bà nấu món *kiểm* và muốn tôi ăn, nhưng tôi từ chối. Tại sao tôi không biết làm Bà vui với chỉ một điều cỏn con như vậy?

Có những muộn phiền nhẹ nhàng nhưng đằng đẵng tháng năm. Dù nụ cười Bà hiền và bao dung lúc đó, nhưng bây giờ tôi nghe lòng không bình yên. Và nhận biết mình sai, là lúc đã rã rời…

Xin lỗi Má, đừng trách cứ một hồn xanh, bởi hồn xanh đó đêm dài đang mọc mầm hối lỗi…

THƯỢNG THUẬT–NGÔ VĂN CHÂU

1.

NHỮNG CHIẾC LÁ BAY VỀ ĐÂU SÁNG NAY, LÚC MÙA thu khẽ khàng trở lạnh? Mùa thu giống như một cô gái đến không một lời chào thăm và đi không một lời giã biệt. Và tình yêu cũng vậy.

Khi tôi đổi về làm việc tại Trường Truyền Tin cũng là lúc tôi cảm nhận được tình yêu là thứ có hạn kỳ. Vì trái tim sẽ không còn nghĩ về nhau khi lòng người đã đổi khác.

Để coi, hai năm tôi hoàn toàn không gặp cô ấy. Cũng là hai năm tôi quen với những người bạn mới trong đoàn Xây Dựng Nông Thôn. Chỗ của họ làm việc nằm khuất sâu trong ngã ba Chí Linh, đối diện với quốc lộ 15. Quốc lộ này có hai hướng. Một hướng chạy thẳng về Sài Gòn. Hướng kia chạy ngược lại biển.

Nhà của Minh nằm ngay giữa ngã ba Chí Linh, Rạch Dừa.

Thập niên 1970 Vũng Tàu là thành phố có rất nhiều quân trường và có nhiều nhân tài tứ xứ quy tụ. Trong khi tôi còn ở một xó góc chờ tiễn biệt cuộc tình non thì tài năng những bạn bè tôi đã bay bổng. Trong đó, có Họa Mi, Lê Thị Bé, Trần Thị Ngọc Diệu... Có Cù Nguyễn, Có Phan Công Danh, Có Nguyễn Tùng... Trần Ngọc Châu. Có Phạm Thanh Chương, Lê Vĩnh Ngọc, Phạm Việt Hùng, Ngô Văn Châu (Thượng Thuật...)

Sau tháng tư bảy mươi lăm Nguyễn Tùng chết trong một tai nạn xe. Người nhạc sĩ tài hoa vắn số của Xây Dựng Nông Thôn thời sinh tiền đã gây trong lòng tôi những dấu ấn đẹp và ngậm ngùi, đến nỗi ra hải ngoại tôi mạn phép dùng tên một bài hát của anh làm đề tựa cho một tác phẩm của mình, Chăn Gối Ngày Về.

Vài người vượt thoát ra hải ngoại, một vài người còn lại mưu sinh bằng đủ ngành nghề. Lâu lâu đọc thấy tin một ai đó trên các trang mạng và vài tấm hình đã vàng ố... Vài bờ môi và cặp mắt biết cười. Chỉ vậy thôi, mà những tàn tro đã nở mầm xanh ngắt.

2.

TẤM HÌNH CHỤP KHÔNG NHỚ LÀ HIỆN RA TRÊN trang nhà của tôi từ bao giờ và do ai gửi đến. Nhưng chắc là phải trước những năm bảy mươi. Hai thanh niên vừa mới lớn đang đứng tươi tắn trước nắng và sau lưng họ là khóm hoa giản đơn vừa thổi sinh khí lên khung rào quê mùa. Hai tia nhìn của họ đủ để cho chúng ta nói lời yêu với cuộc đời bầm giập này. Cái bố cục đẹp và rộn ràng những trẻ thơ, mông muội.

Năm 1969, khi biết tôi có ý định cho ra đời tập thơ để đánh dấu một mùa yêu lận đận, những người bạn trong đoàn Văn Công đã đề nghị giúp tôi thực hiện. Tôi không nghĩ là với khả năng hạn chế của mình, tập thơ sẽ có mặt. Và trong khi tôi đang còn đứng bâng khuâng nghe chiều vuột trôi ra biển, thì họ đã làm việc tận tình.

Nguyễn Tùng đem từng gờ ram giấy trắng và stencil từ phòng nhân sự về giao cho Ngô Văn Châu. Ngô Văn Châu giúp phần đánh máy rồi sau đó đem xuống phòng ấn loát nhờ ai đó in... lậu. Bìa do tôi tự vẽ. Hai phụ bản nhờ Lê Vĩnh Ngọc và Nguyễn Tùng.

Đâu chừng chưa đầy một tháng Ngô Văn Châu ôm chồng giấy còn thơm mùi mực in về bỏ trong phòng tôi. Căn phòng trọ nằm ở Ngã Tư Giếng Nước, đã hẹp, lại càng hẹp thêm. Buổi chiều từ đơn vị về, tôi xoay trần ra để sắp xếp lại từng trang, từ trang cuối đến trang đầu. Tập thơ ngày đó, khoảng gần 100 trang, có tên là "Trong Giấc Tình Cờ."

3.

MỌI THỨ ĐỀU LỠ LÀNG. KHI TÔI HIỂU VỀ CUỘC ĐỜI, khi tôi hiểu về nàng thì tiếng gió đã lạnh lùng phủ tang màu nỗi nhớ. Một đêm cô ấy về tìm tôi. Mùa thu nơi thành phố biển chợt nghe đau vì cây bàng già vừa để rơi một hồn lá. Nàng co chân ngồi trên chiếc giường duy nhất, nhìn quanh căn phòng, nơi những tờ bản thảo chưa kịp nằm ngay ngắn đã nghe trân mình si dại để yêu người. Cái thời nông nổi đó tưởng chừng đã quên, nhưng sao lại muốn nhớ?

Đêm Tháng Mười rét mướt và có mưa. Trong ngôi nhà bừa bộn sách vở lẩn khuất đâu đó một mùi hương rất cũ. Người đàn bà từng đi qua những mênh mông dâu biển, một lần ghim xuống hồn tôi một dấu dao nhọn, làm thành nỗi trầy trụa nhiều năm.

Tập thơ đã không có dịp hoàn thành. Đứa con chết non ngay từ mới chào đời. Tôi đem đốt gần trăm cuốn thơ dự định chào mừng mối tình—của tôi và nàng, đồng thời chào mừng luôn hôn lễ của Phạm Thanh Chương và Nguyễn Ngọc Sương ở Sài Gòn.

Nhiều bạn hữu đều ngỡ ngàng và nghĩ tôi mất trí. Nguyễn Tùng và Ngô Văn Châu—hai người bỏ công ra nhiều nhất—chửi tôi thậm tệ…

4.

SAU NGÀY MẤT NƯỚC, HAI NGƯỜI GẶP TÔI THƯỜNG xuyên là Ngô Văn Châu và Trần Nho Bụi. Những năm tháng khốn khó tưởng chừng không thể tồn tại những hồn ma bóng quế, bên cạnh những lời đường mật phát ra mỗi ngày từ các loa phóng thanh. Vậy mà chúng tôi vẫn có mặt, để thấu hiểu thế nào là cuộc đời. Những gã đàn ông dù không có gì nhiều trong tay vẫn dư giả nỗi buồn.

Nhiều lần, Trần Nho Bụi từ Rạch Dừa đạp xe ra thăm tôi, Ngô Văn Châu, xa hơn, tận Bà Rịa, Long Đất quá giang xe đò chạy qua. Thời đó, tôi bày đặt nổi loạn không sống chung với Má tôi mà thuê riêng một căn phòng ở hẻm Tự Do, đường Nguyễn Thái Học. Cả ba lúc đó đều độc thân. Những mồi màng giản đơn gần như không có gì mua từ quán gần nhà được bày ra trên nền gạch bông. Những gói thuốc Vàm Cỏ ngày đó hút bị ung thư dễ như chơi. Những xị rượu tàn đêm có gì vui mà có ba kẻ buồn đời đem mùi hương đi giấu?

Sau những giấc mơ buồn, là những trải lòng cay đắng. Để cuối cùng nghe tiếng gió quẩn quanh lên trán lên vai mỗi người như vết roi đời cay ngọt? Một đêm như vậy, vừa đúng cuối năm giao thừa, tôi và Châu thấy Trần Nho Bụi khóc. Trần Nho Bụi nhớ đến một mùa Tết và ông Cụ thân sinh đã không còn.

Ra hải ngoại, sau một thời gian dài không tin tức lẫn nhau. Ngày gần đi định cư, tôi nghe Ngô Văn Châu nhận huyện Long Đất(?) làm quê hương. Cũng không nghe Châu nói với tôi chuyện vợ con, gia đình. Bộ đồ bà ba đen của thời Xây Dựng Nông Thôn để dành, đã bạc và sờn vai vì nắng mưa cùng mồ hôi hòa quyện. Không biết khi đứng trước luống đất lặng im mỗi ngày, anh có nói thay cho bằng hữu những điều gì tuyệt bích của đời? Không biết những ly rượu đế Hòa Long có làm anh nôn nao hay vẫn can trường đi qua từng dâu bể?

Cho đến một ngày, Trần Nho Bụi gọi phone cho tôi nói:

"Anh Ngô Văn Châu đã không còn rồi..."

Người đàn ông rất ít khi ồn ào trong những lần thù tạc, vẫn không ồn ào ngay cả ngày nằm xuống...

Anh đâu biết là tới giờ, khi viết những dòng này, tôi vẫn nợ anh, một tập thơ mặn mà và mượt sáng chữ nghĩa…

Và một trái tim từng để rơi rớt những thơ dại, ngày nào…

12 Tháng Mười, 2019

# GỬI NGƯỜI NẰM XUỐNG

> *Hãy để tôi như một cái ấn nơi lòng chàng*
> *Như một cái ấn trên cánh tay chàng*
> *Vì, Ái tình mạnh như sự chết.*
> *(Sách Cựu Ước, đoạn 8 câu 6)*

1.

NƠI MỘT GÓC PHỐ NHÌN RA CON ĐƯỜNG CHẠY ngang khu Little Sài Gòn, hôm qua sương mù che kín một vùng công viên của người Việt tị nạn. Trạm xe buýt đầu ngày lướt thướt trái tim đầy những mưa bụi. Vài người Việt Nam ngồi co ro ngồi chờ xe nhìn ra dòng mưa buổi sáng dưới những ngọn đèn còn cháy muộn. Dưới những nụ hoa đêm còn khép nép trong khi cuộc đời ném trên màu sắc chúng một dòng sinh lực không hề cạn.

Mỗi thành phố đều có một đời sống riêng và một dáng vẻ riêng. Những cây Italian Cypress có những ngọn mượt mà chen lẫn những lùm cam trĩu trái, khi tôi trở về California. Tôi đi qua những con đường quen thuộc dẫn đến những địa chỉ mang hơi hám Việt Nam. Những linh hồn Sài Gòn và những trái tim miền Nam chứa đầy thổn thức. Những con đường tôi đi qua thấy lạ xa mà cảm giác rất gần gũi. Nhìn đâu cũng thấy người Việt và đôi lúc có người Tàu qua lại, mua bán. Nhìn đâu cũng thấy những dòng chữ quảng cáo quen thuộc gợi nhớ một miền Nam sung túc an bình. Hình như trên vỉa hè sáng nay, bóng dáng những con chim bồ câu mập mạp dạn dĩ gợi nhớ một thời mê sảng của quá khứ. Thời của những bàn tay nằm thổn thức trong những bàn tay. Cùng những bước chân quấn quít đuổi theo những thơ ngây đã mất. Từ mảnh sân nhà ai xanh rực một bờ cỏ tương tư, những chùm hoa thạch thảo đang trở trăn một mùa thu đã chết.

Không có hơi thuốc lãng mạn nào quẩn quanh trên chiếc khăn len người tình để nhớ về một vùng trời thanh xuân lính tráng, nơi ủ chật lòng ai đang nhức nhối một quá khứ đau buồn. Hãy tưởng tượng một hôm nào trái tim không còn biết thổn thức một tín hiệu trong lồng ngực già nua. Trong khi bàn tay run không thể vươn ra với hái những trái cây đời. Hãy tưởng tượng một hôm nào đi qua khoảng sân xi măng quạnh hiu, nơi có những chiếc lá vàng mới vừa rụng xuống, lòng khao khát nụ hôn giờ chia tay. Và cuộc đời nghe ảo não những hồi kèn thua trận.

Buổi sáng nay cũng vậy. Ly cà phê ngập ngừng trên môi rét lạnh của người bạn và chúng tôi cùng ôn lại một chút quá khứ tàn phai của ngày xưa. Ngôi trường cũ. Thời mới lớn biết tương tư đuổi theo những tà áo dài trắng cùng lớp, lòng không tin những chuyện hoang đường. Những bài thơ viết vội không dám trao đi vì nghi ngờ lòng thành khẩn của mình không bay xa hơn nhịp đập của một cánh bướm.

Năm một ngàn chín trăm sáu mươi lăm. Những người con gái ngày đó bây giờ vẫn còn đẹp khi gặp lại. Chỉ duy có tình yêu bớt đi những nồng nàn. Quá khứ nào cũng ủ chất men làm chết ngất những ly rượu đời và họ sang sông như một loài sáo.

Có một chút lướt thướt của mưa và một chút gió thổi về làm ly cà phê nguội sớm. Hai con chim đen đậu trên chụp đèn trước một quán ăn. Chúng chia sẻ cùng nhau một chút rét mướt đồng lõa. Bên kia công viên mặt hồ mù mịt như bị nhấn chìm trong màn sương. Hai vòm cây bên đường châu đầu vào nhau những nhánh không còn lá. Đôi tình nhân trẻ nơi cửa ra vào cũng châu đầu vào nhau thầm thì. Quá khứ son trẻ hiện về làm nhói một chút trong tim. Ngày rộng thế mà sao nhớ người chật ngực…?

2.

NGỒI BÊN NHAU TRONG QUÁN CÀ PHÊ GIỮA MỘT ngày mưa bão, đôi lúc chúng tôi không nhìn thấy hết được vẻ diễm lệ của quận Cam. Con đường đang có những cây anh đào non mới vừa ra hoa. Đây là lần thứ hai chúng tôi gặp nhau tại đây. Và là lần cuối cùng gặp nhau trong đời.

Anh Trần Xuân Hà đang là một Mục Sư Baptism. Ngày còn ở Việt Nam tôi và anh là hai tín đồ Tin Lành. Cùng có chung một quá khứ sôi nổi những mối tình bèo bọt. Cùng khoác áo Truyền Tin khi vào quân ngũ. Cùng làm việc chung một quân trường. Anh bên Trợ Huấn Cụ của Trường. Còn tôi Huấn Luyện Vô Tuyến Viễn Ấn. Anh giải ngũ trước tôi vài năm vì bị nám phổi. Anh là một người rất đẹp trai. Ngày còn trẻ, anh có hình chụp được trưng bày làm mẫu tại tiệm ảnh Tây Hồ, trước phòng Thông Tin. Bây giờ, nhìn lại, thấy anh vẫn còn những nét quyến rũ của một người đàn ông đẹp trai. Ngoài vẻ đẹp của dung mạo, anh còn chụp hình, vẽ rất giỏi và biết thêm điêu khắc. Đã nhiều lần, anh dùng bàn tay tài hoa của mình để trang trí nhà thờ trong những dịp lễ lạc. Nét cọ của anh sử dụng mang một màu sắc mạnh mẽ, dứt khoát. Giống như tánh tình anh.

Cũng nên nói thêm một tài năng khác ở anh là anh nói chuyện rất lưu loát. Chính điều này đã nhen nhúm trong lòng anh ước vọng trở thành Mục Sư sau này.

Sau ngày miền Nam sụp đổ, tôi trở về sống cùng gia đình. Gặp anh đang trở thành thợ sửa đồng hồ.

Anh là con trai lớn của gia đình Hồng Hoa và có một bàn nhỏ sửa đồng hồ phía trước cửa ra vào... Nhiều khi đi ngang tiệm, lúc anh đang chăm chú sửa chữa, bất chợt anh nhìn ra thấy tôi, ngoắc vào. Tôi ghé lại, ngồi nói chuyện mưa nắng cùng anh. Những chuyện đổi đời, chuyện ai còn ai mất. Những lòng người mênh mông mà trái tim như neo thuyền, không bến đậu.

Những sáng Chúa Nhật ngồi cùng anh trong nhà thờ. Sau đó ra ngồi ở quán cà phê của Tăng Nhuần. (quán cà phê chỉ bán sáng sớm và đóng cửa sau mười hai giờ trưa, nằm trên góc đường Lý Thường Kiệt *và* Nguyễn Thái Học, kề bên hãng nước đá Nam Long.)

Vài buổi chiều chúng tôi ra ngồi ngoài bãi biển, sau khi rảnh việc. Anh có một ước mơ bình dị nhưng cũng rất lãng mạn trong một lần anh tâm sự với tôi là bao giờ được định cư tại Hoa Kỳ, chúng tôi sẽ tìm gặp nhau ở Nữu Ước, đến dưới chân tượng Nữ Thần Tự Do. Hành động đầu tiên là chúng tôi sẽ sờ tay lên trên những phiến đá dưới chân tượng. Để biết rằng hạnh phúc trong đời sống này không phải là điều không thể với tới được. Hạnh phúc là một điều có thể sờ thấy được bằng tay và nhìn tận mắt.

Rất tiếc, mơ ước tầm thường đó không xảy ra. Không bao giờ có dịp xảy ra.

Chúng tôi cùng được định cư tại Hoa Kỳ trước sau một năm. Anh đi theo diện *ODP*, do nhạc phụ anh là ông Trần Văn Thông bảo lãnh. Ông Thông là cựu huấn luyện viên đội tuyển túc cầu quốc gia thời Đệ nhị Cộng hòa. Còn tôi đi theo diện *PIP*, vì vợ tôi có thời làm việc cho hãng thầu Hoa Kỳ.

Chúng tôi không tiên liệu được những khó khăn về công việc làm ăn, về những dịp tiện để có thể đi từ tiểu bang này sang tiểu bang khác. Nó không đơn giản như một người Việt Nam đi từ lên Sài Gòn hay từ Sài Gòn lên Đà Lạt. Nước Mỹ bao la quá. Cơ hội và thời gian có thể đến với người này mà không đến với người kia.

Lúc tôi còn bận bịu sinh kế tại Austin, thì nghe tin anh vào học ở Thần Học Viện. Một thời gian sau anh trở thành Mục Sư Hội Thánh Baptist tại vùng Norway, California, cách Santa Ana về phía Bắc chừng ba mươi phút lái xe.

Về quận Cam thăm anh lần thứ nhất, tôi có nhắc đến chuyện gặp nhau dưới chân Nữ Thần Tự Do. Anh chỉ cười và nói:

"Mình chờ một ngày nào khác. Cuộc đời còn dài mà."

Quả cuộc đời cũng còn dài thật. Năm đó chúng tôi chưa đến sáu mươi.

Một hôm, trên đường điện thoại viễn liên có tiếng của anh gọi đến:

"Tôi đi thư viện thấy tác phẩm *Hoa Bluebonnets Cho Hai Người* của anh trong đó."

Tôi ngạc nhiên:

"Làm sao sách của tôi lại trôi giạt đến đó được?"

"Không biết," anh trả lời. "Norway là một quận nhỏ mà có sách của anh thì hi vọng nơi khác cũng có."

Tôi đáp:

"Hi vọng như vậy."

Lần khác, anh cũng gửi đến cho tôi sự ngạc nhiên, cũng trên đường dây viễn liên:

"Tôi mới vừa nghe Bích Huyền đọc bài thơ của anh trên đài VOA."

"Bích Huyền là ai?" Tôi hỏi.

"Là người phụ trách chương trình phát thanh đài VOA bằng Việt Ngữ tại quận Cam."

"Bài thơ tựa gì vậy?"

"Tôi không nghe kịp," anh trả lời. "tôi ở ngoài sân bước vào thì nghe bài thơ đang đọc. Hình như nội dung đề cập đến sinh nhật của con gái anh. Chị Bích Huyền đưa lên chương trình nhân ngày Father's Day, cùng với một số bài thơ khác. Chị ấy cũng không biết anh ở đâu nên có vài lời xin lỗi tác giả."

"Khỏi cần. Mai mốt qua California gặp chị ấy chắc nhờ chị dẫn chúng mình đi uống cà phê."

Tôi nhớ bài thơ tôi viết trong thời điểm lang thang ở Sài Gòn, trong những tuần lễ trước khi rời Việt Nam. Tôi viết một mạch bên hông Nhà Hát Lớn, giữa tiếng rao hàng, tiếng xe cộ huyên náo, tiếng cười nói của những trẻ nhỏ chơi quanh đấy. Bầu trời xanh nghe chói với những đám mây trên đầu. Có tiếng chim ríu rít trên một khung cửa tò vò. Bàn chân ai vừa giẫm lên những vỉa nhựa đường nóng bỏng, thoi thóp một thời phồn hoa.

Bài thơ nói lên tâm sự của một người cha trong thời đại xã hội chủ nghĩa Việt Nam, nghèo túng không có tiền để mua cho con món quà ngày sinh nhật. Bài thơ gửi đăng trên báo Văn của anh Mai Thảo, tháng 8 năm 1991, có tựa là *"Mùa Mạc Lan Cuối Cùng"*—Mạc Lan là tên của một loại lan hoang bên vệ đường Đà Lạt—Có thể chị Bích Huyền trích từ những trang báo đó chăng?

Sau này khi trở lại California lần thứ nhì. Chúng tôi tôi và Bích Huyền tình cờ gặp nhau nơi tòa soạn nhật báo Người Việt, đường Moran. Chị Bích Huyền đặt đài phát thanh trong cơ sở của tòa báo. Mỗi buổi sáng chị đến đó để làm chương trình phát đi. Tôi nhắc lại bài thơ. Nhưng thời gian quá ít và Bích Huyền đang bận nên không đưa chúng tôi uống cà phê như tôi đòi hỏi. Tôi cho chị nợ và nói thêm *"kiếp sau sẽ trả."* Bích Huyền lúng túng không dám trả lời. Văn chương chữ nghĩa đã là một cái nợ đời.

Tại sao lại còn làm khó khăn nhau bằng một cái nợ khác?
Tôi nghĩ đến thơ Nguyễn Bính:

"Lòng tôi rối những tơ đàn
Cao vời những ước đầy tràn những mơ
Lòng cô chẳng có dây tơ
Ước thì thật thấp mà mơ thật nghèo

Hồn tôi giếng ngọt trong veo
Trăng thu trong vắt biển chiều trong xanh
Hồn cô cát bụi kinh thành
Đa đoan vó ngựa chung tình bánh xe..."

Rời khỏi tòa soạn báo Người Việt, tôi và Trần Xuân Hà đi uống cà phê.

Vẫn quán cà phê quen lần trước. Trần Xuân Hà vẫn tươi tắn tráng kiện. Vài câu nói đùa với nhau trong khi ký ức lung lay những chuyện xưa. Những chuyện không đầu đuôi và cũng không có thứ tự. Nhớ đến đâu chúng tôi nói đến đó. Mái tóc của anh lúc đó đang sớm những sợi bạc bên thái dương. Còn tôi, may mắn hơn và mới có vài sợi bạc sau này. Nhưng đã có một chút mông mênh của sóng trong tâm hồn hai chúng tôi.

"Đã già quá rồi phải không?" Tôi hỏi.

Anh cười:

"Người xưa nói sáu mươi năm cuộc đời. Người nào qua tuổi sáu mươi mà còn tồn tại thêm ngày nào thì coi như được *bonus* của Chúa ngày đó."

Tôi không nghĩ đó là câu nói cuối cùng hay nhất, của một người bạn nói cho một người bạn. Nhưng bây giờ hồi tưởng lại, đó là câu nói hay nhất của anh mà tôi nghe được.

Đôi khi tôi không nghĩ anh là một Mục Sư. Vì tâm hồn anh còn lãng mạn quá. Anh chưa đứng hẳn về một phía nào của cuộc đời. Giữa trần tục và thanh thoát. Giữa đạo và đời. Nhưng tôi vẫn thấy mến anh nhiều nếu anh vẫn là một tín đồ đơn thuần như ngày còn ở Việt Nam. Tôi sẽ thoải mái san sẻ lòng tôi với một người bạn thân thay vì phơi bày ra với một người Chủ Chăn Bầy. Tôi cũng sẽ sôi nổi để bàn luận cùng anh về những nhân sinh quan không dính líu đến một niềm tin nào, ngoài niềm tin về con người và cuộc đời. Tôi sẽ mạnh dạn ngồi xuống với anh trong một quán xá bên đường và lớn tiếng kêu một hai chai bia để cùng cụng ly như ngày xưa từng ngồi tại bờ biển cũ. Tôi sẽ nghe cùng với anh nhịp đập thổn thức từ một buồng tim non yếu, giống như nhịp vỗ triền miên của sóng vào ghềnh đá. Vào khoang thuyền. Trong khi cuộc đời ngây ngất ngoài kia.

Đôi khi chúng ta không đi qua đời sống này bằng một khung cửa hẹp, như khung cửa của Chúa Giêsu từng khuyên bảo môn đồ. Nhưng chúng ta sẽ khó lòng vượt qua những bất hạnh, những chông chênh với cõi lòng thanh thản để ca ngợi hạnh phúc luôn miệng. Vì chúng ta là con người trần trụi trước những cám dỗ dung tục.

Cho nên, tôi không thể không đau lòng khi nghe tin Mục Sư Trần Xuân Hà đã đột ngột về với Chúa.

Anh được nhà thờ tại vùng Waynesville, North Carolina mời về giảng Lời Chúa. Đang lúc đứng trên bục giảng sáng ngày Chúa Nhật cuối Tháng Năm 2005 anh đã ngã xuống vì đột quỵ. Chứng tai biến ập tới ngay cả vợ anh cũng không biết. Trên đường đưa vào bệnh viện, anh đã mất.

Chúa đã rước một tôi tớ Chúa về nhà của Ngài một cách yên thắm.

Hình ảnh của anh Trần Xuân Hà trong phong cách hầu việc Chúa, gợi tôi nhớ về những nén bạc và người quản gia trong Kinh Thánh. Thiên Chúa đã đặt trong tay anh tài năng, ân tứ và việc phụng sự Ngài. Giống như những nén bạc để anh làm hành trang trên đường thiên lý. Anh đã làm hết sức của anh và kết quả là những nén bạc đã sinh lời cho ngân quỹ Nhà Chúa. Cánh đồng của Chúa đã chín vàng. Nhưng con gặt thì thiếu.

Ngày niên thiếu anh mơ ước được làm một con gặt của Chúa sau mùa gặt, gánh những hạt lúa bội thu về cất trong kho lẫm trên Trời. Những mơ ước khi còn ở quê nhà kia là những mơ ước không vinh quang và rất nhục nhằn, đã chạm đến tầm tay anh, khi ra hải ngoại. Nhưng buồn thay, quỹ thời gian dành cho anh đã cạn.

Anh trở về gặp Chúa trong lặng lẽ và tuân phục…

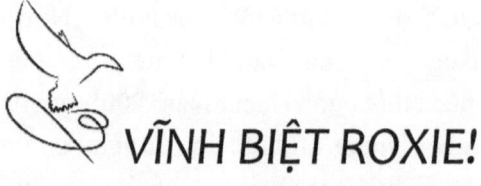

VĨNH BIỆT ROXIE!

"Những chú chó bước vào cuộc sống của chúng ta là để dạy chúng ta về tình yêu thương, chúng ra đi để dạy chúng ta về sự mất mát. Một con chó mới sẽ không bao giờ thay thế cho con chó cũ, nó chỉ đơn thuần là mở rộng trái tim. Nếu bạn đã yêu nhiều con chó, trái tim của bạn rất lớn. (DogsDear)

HÔM KIA NGƯỜI BẠN THÂN Ở LOUISIANA HỎI THĂM tôi về con chó tôi đang nuôi, có còn không? Tự dưng nghe lòng quặn đau. Cho đến giờ phút đọc lại bài viết cũ năm 2018, năm mà con Roxie chết, tôi vẫn còn ân hận là đã không để nó vào ngủ trong phòng tôi, như những ngày tháng trước. Tôi không biết là nó muốn thân cận với tôi những giây phút cuối cùng… Tôi không biết là nó đang bệnh nặng… Không biết những đêm được nằm dưới chân giường của tôi, với nó, là hạnh phúc.

Sáng nay đưa Roxie đi khám bệnh tại Vet Clinic gần nhà. Nguyên nhân là hai ngày nay nó ói và bỏ ăn nằm một chỗ, đến nỗi buổi tối khi tôi và Q. trở về, nó không buồn đứng lên vẫy đuôi để mừng. Thời tiết cũng đột ngột trở lạnh và trong lòng tôi cứ nghĩ nó đang nhõng nhẽo với chủ. Đến bệnh viện y tá khám sơ khởi và nghĩ nó bị gan, vì hai tròng mắt bị vàng. Nhưng sau khi lấy hai ống máu để xét nghiệm bác sĩ nói Roxie ung thư gan nặng. Gan đã bị bể và máu chảy âm ỉ bên trong. Và có lời khuyên là hãy để cho Roxie ra đi càng sớm càng tốt, vì nó đang trong tình trạng đau đớn rất nhiều nhưng không thể biểu lộ cho chúng tôi thấy điều đó.

Con gái tôi vừa nghe bác sĩ giải thích vừa khóc. Tôi đứng bên cạnh, nhìn xuống Roxie đang vô tư nhìn lên. Nhìn đôi mắt nó mà tôi xúc động vô cùng.

Nhớ ngày con gái tôi đem nó về nhà, cách đây gần mười hai năm, nó giống như một cuộn bông gòn lăn tới lăn lui trong nhà. Đôi khi va vấp một vài chân ghế chân bàn là té lăn cù. Thời gian trôi qua, Roxie càng lớn càng đẹp và trở thành một niềm vui không thể thiếu trong gia đình. Rồi con gái tôi có bạn trai, có con—tức Danny bây giờ—nó cũng bớt đi sự nồng nhiệt ban đầu và bàn giao trách nhiệm chăm sóc Roxie lại cho tôi một lúc nào, tôi không rõ.

Tự dưng tôi trở thành một ông già ôm đồm nhiều việc và cảm thấy mình không bao giờ ở không. Một ông già nhớ trước quên sau và một ngày mù quáng chạy đuổi theo những điều nhân quả.

Tháng Mười Một chưa gì đã khởi đầu bằng những bất trắc. Thời tiết thay đổi đột ngột cùng những cơn bão, những giá rét đang xảy ra nhiều thành phố vùng đông bắc nước Mỹ. Những đám cháy vĩ đại ở California. Những thiệt hại người và của. Những thiệt hại lớn lao và rời rộng đến nỗi, sự ra đi của một con chó nhỏ, sẽ ít oi và trở thành vô nghĩa.

Khi người chồng Mễ chia tay với con gái tôi, lúc đó Danny còn nhỏ. Nhiều đêm, tôi làm việc khuya. Một mình tôi trong phòng riêng và chiếc máy đánh chữ. Mọi người đều ngủ, duy có Roxie còn thức trước cửa phòng. Lâu lâu nghe nó hực lên một tiếng vì đánh hơi nghe thấy những khác lạ ngoài vườn. Một chiếc lá rơi không đúng mùa hay một con chim đêm vừa rơi khỏi chỗ trú, chẳng hạn. Khi tôi có những chuyến đi xa nhiều ngày, chính Roxie bịn rịn với tôi nhiều nhất. Nó là *"kẻ"* tiễn chân tôi ra cửa và vẫy đuôi mừng tôi khi về. Lần nào cũng vậy, ra tới ngoài nhìn lại, tôi đều thấy nó đang nhìn theo tôi cùng chiếc túi kéo có bánh xe. Tôi không biết trong cái đầu nhỏ xíu của nó đang nghĩ gì nhưng tôi biết nó đang hụt hẫng buồn. Và như vậy, tôi kéo lê nỗi buồn nhẹ nhàng như vậy, đi qua biết bao trạm đời, qua biết bao chỗ dừng chân quen, lạ.

Mùa hè, tôi đi bộ nơi công viên sau nhà. Những đóa huệ mưa nhỏ nhoi nở trắng một bờ cỏ. Mặt trời lên từ sáng sớm. Roxie nghếch mũi chạy theo sau, vừa tung tăng tìm kiếm, vừa sục sạo đánh hơi những dấu tích quen thuộc. Lâu lâu nó dừng lại và ngước mặt nhìn trời. Gió mơn man trên đám lông màu vàng và trên vòm mũi ướt át của nó. Rồi mùi vị của cỏ vừa mới cắt khi tôi đi qua. Mùi nhựa đường bốc lên buổi chiều. Và cuộc đời nhờ đó cũng lớn lao và đẹp.

Buổi chiều nay, sau 4 giờ chúng tôi sẽ chia tay với Roxie. Vì giờ đó đứa cháu ngoại mới tan trường. Danny vừa ngồi trên xe vừa khóc. Còn có thêm người bạn trai mới quen của mẹ nó. Người ta sẽ chích cho nó một liều thuốc và nếu còn đủ sức, chắc nó sẽ vẫy đuôi mừng rỡ như bao lần đi chích ngừa khác. Danny tối qua, còn ôm ấp Roxie. Và còn đem để bên cạnh con chó những món đồ chơi vì người ta nói với nó rằng những thứ đó sẽ an ủi được Roxie khi đang bệnh. Sáng nay, nghe mẹ nó nói lại, trước khi đi đến trường nó đã ôm Roxie cầu nguyện.

Có ai từng thấy sự vô tư yêu đời của một con vật, dù đang yếu đuối nhưng đôi mắt đầy trìu mến, mạnh mẽ đến không ngờ, vì chung quanh toàn những người thân? Nó đâu biết đó sẽ là chia tay hay một trùng phùng sau cuối?

Mọi thứ đều giống như những thước phim vớt lên từ một giấc mộng. Trong đó tình yêu và những vị đắng nằm chung nhau, để làm gia vị cuộc đời.

Tôi đi qua *downtown* chiều nay. Con đường lạnh và đậm đặc màu chiều. Những luồng xe vượt qua tôi, những kẻ lái xe ngồi sau tay lái như muốn cười. Tiếng gió như đang kể với tôi những câu chuyện xa xưa về con chó. Những hành trình và những bước đi, từ ngày đầu tiên khi bước vào nhà tôi, nó như cuộn bông gòn, cho đến khi trưởng thành, và đến bây giờ, giữa bốn bức tường, những mũi kim đâm vào thịt da run rẩy.

Vĩnh biệt Roxie. Nghe ông ngoại nói đây: "Hãy đi một cách không đớn đau và thanh thản."

Tháng Mười Một, 16, 2018

DZŨNG CHINH–NGUYỄN BÁ CHÍNH

1.

BIỂN DẤU SAU LƯNG TÔI MỘT SÂN TRƯỜNG mùa thu. Giữa mùa thu, tôi rời trường, đi lính.

Buổi sáng mai hôm nay tự dưng tôi nhớ lại những ngày đầu tiên trong quân trường. Có lẽ tiếng chim kêu rời rạc bên ngoài và cơn mưa nhẹ làm lòng tôi chùng xuống.

Quân trường tôi vào học có tên là Quang Trung, chuyên đào tạo những hạ sĩ quan trừ bị cho Quân Lực Việt Nam Cộng Hòa. Trước khi chuyển đến đó, tôi có những ngày thao thức đợi chờ trong Trung Tâm 3 Tuyển Mộ Nhập Ngũ.

Buổi chiều đầu tiên nhập trại, chúng tôi chưa có quân trang cá nhân. Đồ đạc dân sự vài món mang theo được tôi thu xếp tạm trên một chiếc sạp bằng ván thông dành cho nhiều tân binh mới đến. Tất cả xuất thân từ mọi miền đất đai của Vùng 3 chiến thuật. Lúc tôi vào lính, chỉ có hai Trung tâm Tuyển Mộ Nhập Ngũ: Trung Tâm 2 và Trung

Tâm 3. Trung tâm 2 tiếp nhận tân binh thuộc về Vùng 2 và Vùng 1. Trung tâm 3 tiếp nhận tân binh ở Sài Gòn, Vùng 3, và Vùng 4.

Người nhập trại trước nằm được nằm trên những sạp phía ngoài, tương đối rộng rãi, thoáng mát. Người đến sau, không còn chỗ, nên nằm trên những sạp phía trong nhỏ hơn. Chung quanh là những cây ba đậu không biết có từ bao giờ.

Mùa hạ râm ran tiếng ve chia hai con đường bên ngoài cổng trại. Những chiếc xe lam, xe đò thỉnh thoảng chạy vụt qua, trong này nhìn thấy, cuốn theo bụi mù như cuốn theo đam mê thời trai trẻ.

Sau này, sau khi yên ổn chỗ ăn chỗ ngủ trong quân trường, cuối tuần được cấp trên cho về phép, tôi đã từng ngồi trên những chuyến xe như vậy, đi qua những ngôi làng heo hút, những quán xá bụi bặm nằm sát bên đường để về thăm nhà. Qua cửa xe, bên dưới thoáng qua hình ảnh vài đứa trẻ ở trần ngồi trên lưng trâu, vừa đưa mắt nhìn theo, vừa đưa tay vẫy. Hồi tưởng đến những đám mây xanh thắm màu nỗi nhớ và nụ hôn vội vàng giờ chia tay đủ làm tôi bâng khuâng. Có cánh diều đang chao đảo trên cao, cùng gió làm rơi những trái ba đậu làm tỉnh giấc ngủ chiều. Tôi nhớ thành phố cùng những phù hoa bên ngoài. Mái tóc bồng bềnh học trò được người ta cắt ngắn còn ba phân và mỗi ngày tôi bơi trong bộ quân trang rộng thùng thình vừa lãnh từ kho Quân Nhu. Tôi làm một người lính mang tấm lòng yêu nước pha trộn với sự chua xót bao dung để an ủi mình khi chiều xuống.

2.

KHÓA HỌC QUÂN SỰ CÓ TÊN LÀ KHÓA 39 NGUYỄN Huệ. Chương trình học gồm có chín tuần lễ huấn nhục, vừa học lý thuyết vừa thực hành những điều cơ bản mà một người lính nào cũng phải biết và phải trải qua. Nhiều đêm ngoài trời, học lớp di hành, vừa nghe huấn luyện viên giảng bài vừa cố chống lại cơn buồn ngủ. Tôi đếm những vì sao để mường tượng đôi mắt của ai đang nhìn xuống. Nhưng giữa hàng vạn tinh tú trên kia, có bao nhiêu ánh nhìn thoát khỏi sàng lọc từ quá khứ?

Sau thời gian huấn nhục là chuẩn bị đi học chuyên môn ở các binh chủng, tùy theo chương trình học, thời gian có thể kéo dài nhiều hay ít.

Những ngày học bắn súng là những ngày vui vẻ nhất. Buổi sáng xếp hàng ra bãi tập bắn. Đó là một mảnh đất rộng lớn gần bằng sân đá banh, có đặt những bao cát xếp thành hàng ngang để khóa sinh tỳ tay lên đó khi nằm bắn. Trước mặt là dãy bia trắng được đánh số, có in hình người màu đen. Súng tập thời đó là súng carbine. Những viên đạn bắn đi xuyên vào tấm bia cách xa khoảng trăm thước mà không phải ai cũng đều bắn trúng. Dù trời đang sáng mai, nhưng giữa đồng vắng đã chói chang ánh nắng. Màu nắng lấp lóa tia nhìn và cũng làm liêu xiêu những tim trẻ.

Sau một đợt bắn, huấn luyện viên ngồi trên lầu cao dùng loa kêu gọi mọi người để súng sang bên trái rồi chạy lên kiểm soát điểm của mình. Tôi học môn này không đến nỗi tệ. Nhưng đến môn "đoạn đường chiến binh" là gian nan đối với tôi. Tôi luôn về gần sau chót vì nhút nhát và sợ trèo cao.

Buổi trưa ăn cơm ngoài bãi tập. Hình như thời gian sống trong quân trường là thời gian tôi cảm giác được hạnh phúc trên từng bữa cơm. Mỗi tuần món ăn chính gồm có thịt heo và cá biển xen kẽ kèm với canh rau muống cắt khúc. Chúa Nhật thịnh soạn hơn vì có thêm thịt bò hay thịt gà. Và cũng chính ngày cuối tuần đó thức ăn dội ra vì khóa sinh đa phần đi phép bên ngoài. Còn tôi, không biết tại sao lúc ở quân trường tôi lại ăn nhiều hơn lúc còn ở nhà.

Khóa học đang cuối hè và đầu thu nên nhiều ngày vẫn còn nóng. Mồ hôi tươm ướt lưng áo và cảm giác chiếc nón sắt lúc nào cũng đè nặng trên đầu. Trước cổng trại, người ta ghi dòng chữ "quân trường đổ mồ hôi, chiến trường bớt đổ máu," tôi thấy có lý. Từ những bài học, những chương trình thực tập đó mà khi ra trận, người lính cảm thấy tự tin và dạn dĩ hơn.

Khóa 39 Nguyễn Huệ có khoảng 100 khóa sinh, đủ mọi thành phần, đến từ nhiều tỉnh thành phía Nam. Một số đông là người Sài Gòn. Sau chín tuần học, ngày mãn khóa, tùy theo kết quả và hạnh kiểm học tập, các Thượng sĩ thường vụ đại diện binh chủng sẽ đến tận quân trường nhận chúng tôi.

Đó là lúc mọi tân binh biết rõ số phận của mình. Hoặc là đi học ngành chuyên môn, như Truyền Tin, Công Binh, Quân Nhu, Quân Y, Quân Cụ. Hoặc ra thẳng ngoài đơn vị tác chiến. Đó là nơi dành cho những khóa sinh có điểm thấp và hạnh kiểm có vấn đề. Chuyện "con ông cháu cha" thỉnh thoảng có xảy ra nhưng không phải là đa số—như trường hợp của tôi được về học ngành Truyền Tin—Khi vào quân trường tôi chỉ có một thân một mình và không hề biết ai ngoài những đứa bạn học ngoài đời. Gia đình tôi nghèo, không làm sao có tiền để chạy chọt lo lót một chỗ tốt trong lính.

3.

TÔI CÓ HAI NGƯỜI BẠN TRONG THỜI GIAN HỌC ở quân trường. Một là Phạm Văn Bình, ở đường Võ Tánh. Người kia tên Ngô Việt Dũng, con trai lớn của nhà may Việt Dzũng, đường Pasteur Sài Gòn. Nhà may nổi tiếng thời đó vì chuyên may quần jean. Chúng tôi chung phòng và chung đội học.

Dũng là dân Bắc Kỳ di cư 1954. Anh mang dáng vẻ hiền hòa của một công tử bột và có khuôn mặt bầu bĩnh, cùng đôi mắt xanh màu biển.

Còn Bình là học sinh miền Nam, nhưng biết ăn chơi sớm. Bình ít nói nhưng rất phóng túng.

Một đêm trong phiên trực phòng, giữa những đồng đội đang yên giấc, Bình nhảy biểu diễn Bebop cho tôi coi. Những bước chân thơm ngát nỗi nhớ và đuổi theo từng giấc mơ. Trong đó hiện hình những sàn nhảy mờ mịt khói thuốc và tiếng kèn trumpet lãng đãng như sông. Anh nói cho tôi nghe về một người yêu vừa bỏ anh, khi nghe tin anh rớt Tú Tài chờ ngày nhập ngũ… Tôi nghe Bình nói và tự mình an ủi, thấy mình chưa đến nỗi riêng biệt khi đụng vào nỗi đau của một người bị tình phụ. Nhưng dù sao, những tình yêu giống như mưa bóng mây và "tình một chiều" nào cũng làm tôi bồi hồi, nhức nhối…

Buổi sáng trời còn nhá nhem vì ngày chưa kịp đến, ba chúng tôi theo lời thượng cấp ra chà láng ngoài giao thông hào, vun lại những gốc cây ba đậu. Dụng cụ là những "chiếc bàn chà" tự chế. Toán nào làm không láng sẽ bị phạt. Mọi tân binh khi bước chân vào quân trường những ngày đầu tiên đều phải biết làm việc này. Mới nhìn, tưởng là công việc bình thường, nhưng nhìn kỹ mang một ý nghĩa lớn lao khác là dạy chúng tôi phải biết dứt bỏ những sần sùi gai góc của quá khứ hôm qua thay vào đó là những điều mới mẻ, tốt đẹp ngày mai…

Bình khéo tay nên chà láng cát chung quanh gốc cây nhanh hơn chúng tôi. Dưới ánh sáng mờ, trái tim của mỗi người có nghe nặng thêm nỗi nhớ, để từ đó, đổ xuống đời làm vụn vằn những đam mê?

Đã gần đến mùa thu mà lá của những cây ba đậu vẫn xanh trên cành. Còn những lá vàng thì gió đã kéo chúng xuống từ chiều hôm trước.

Từ loa phóng thanh cũng vừa phát đi bản tin đầu ngày, kèm theo khúc quân hành trứ danh—Bản Lục Quân Việt Nam Cộng Hòa Hành Khúc—Bài hát quen thuộc của mọi khóa sinh, trong đó có câu "Đường trường xa muôn vó câu bay dập dồn" đã bị ai đó đổi thành: "đường trường xa trung úy không cho về nhà."

(Những buổi sáng như vậy tôi nhớ cô gái mang tên một dòng sông. Giờ này có lẽ nàng đang nằm trong chăn ấm. Đang trăn trở để rồi với đụng giấc mơ? Làm sao để nuôi dưỡng một tình yêu sắp trở thành tro than? Làm sao để nhặt lên tờ thơ muốn rơi từ trang vở cũ?)

Đôi khi tôi theo một trong hai người về chơi nhà họ chiều thứ bảy. Một lần ghé tiệm may của Dũng. Một lần ghé Võ Tánh với Bình.

Chiều Chúa Nhật trở lại với quân trường. Những chuyến xe lam đưa những tâm hồn non trẻ về với đời. Rồi trả lại cho lều trại hôm sau cùng mưa đêm những tâm hồn già háp...

Khi đi lòng vui rất vui dù mưa có nhiều như thế nào. Nước mưa theo gió tạt phũ phàng trên tấm bạt che hai thành xe. Con đường chạy ngược về sau nơi có những làn nước, giống những vết roi hân hoan quất lên những phận đời dễ vỡ.

Khi về buồn như sông. Mai này về đâu những bến đời, những trạm đỗ? Tôi không biết vì không ai biết được ngày mai sẽ thế nào.

4.

ĐÊM NẰM TRÊN GIƯỜNG CÁ NHÂN. TÔI NHÌN CHUNG quanh những đồng đội đang say giấc. Tôi thao thức vì nhớ nhà.

Những dòng nhật ký vụn vằn viết kê trên thành giường là những lời tâm sự muốn rao bán không người mua. Là những cơn gió giận nhau làm cho lá trở mình. Là những bước đi bỡ ngỡ trong bộ quân trang còn thơm mùi vải mới, là mái tóc hớt ngắn nghe khát khao một chiều gió dậy. Bình chế giễu tôi yếu đuối khi thấy tôi viết nhật ký. Anh không biết rằng có những điều tôi không thể trực diện để nói ra thành lời. Nó không thể bày tỏ dễ dàng giống những bước nhảy bộc phát đầy điêu luyện của anh. Khi tôi xa nhà, tôi chưa từng biết một bàn tay nằm trong tay đi qua những chiều hẹn hò. Phố vắng có hàng trăm người ngược xuôi và xe cộ trôi về trăm ngả, nhưng nào có trong tôi riêng một hướng đời. Vũng Tàu từng có thời luyến ái của tôi, bây giờ trở thành nỗi nhớ kèn cựa theo nhau về trong từng giấc ngủ.

Mùa hè đi qua với tiếng ve và tiếng chim cu đất. Tiếng ve râm ran và tiếng chim cu thì rời rạc. Cây bàng dọc đường ra biển chắc vẫn còn nhớ mãi lời chia tay?

Một buổi chiều mưa tan học sớm, tôi cùng đồng đội trở về. Sau bữa cơm chiều là một thời gian trống để chờ đợi giấc ngủ, có ai đó đem đàn ra và dạo những nốt nhạc mở đầu làm chộn rộn một không gian buồn. Tiếng nhạc bay xuống ngơ ngác như lời từ biệt. Lần đầu tiên tôi biết tác giả *Những Đồi Hoa Sim*.

Dzũng Chinh tên thật là Nguyễn Bá Chính. Anh nhập khóa sau tôi vài ngày và nằm phòng bên cạnh... Tôi không biết anh nhiều và không có cơ hội gần gũi cùng anh. Vây chung quanh anh là những khóa sinh con nhà giàu, sống tại thành phố. Anh cũng rất ít nói. Nếu không học chung khóa với anh, tôi không nghĩ anh là một nhạc sĩ thời danh, tác giả của một vài bài hát bất hủ. Dáng người tầm thước, khuôn mặt chưa nắng gió phong trần và có chút *"sữa"* nếu nhìn kỹ. Người ta không nhìn thấy ở Dzũng Chinh một người lính đúng nghĩa. Chiều xuống mông lung ngoài sân. Anh ôm đàn nhìn xuống những ngón tay mảnh mai của mình. Có bao nhiêu giấc mơ rụng xuống trong lòng anh hay chỉ toàn là mưa lạnh? Những hàng cây không biết nói giùm ai nên mặc cho gió sỗ sàng...

Anh không hát mà đàn cho một người khác hát. Và bài hát không phải bài hát ruột của anh mà là một bài của Mạnh Phát.

Tiếng đàn ghi ta không biết từ lúc nào đi theo tôi hết con đường dương gian. Thời điểm của mùa hè năm 1965...

"Mưa khuya hắt hiu xuyên qua mảnh, tình ngăn cách rồi

Đêm qua trắng đêm mơ thương hình bóng cũ xa xôi
Em ơi! Bước đi xa nhau rồi ngày vui đâu còn
Đèn vàng nhòa sương chưa tắt,
Khu phố xưa lạnh buồn tênh..."
(phố vắng em rồi)

Giữa bóng tối mờ mùa thu đang dàn trải trên các rào kẽm, giọng ca nghe bềnh bồng, cuốn hút. Không biết người ca sĩ đang hát đó có phải là đệ tử của nàng Phù Dung hay không, nhưng lời ca quả tình vừa ngọt lịm vừa thoát thai nửa chừng bị khói thuốc trì kéo. Nó có khả năng lôi cuốn người nghe bay lên ngang tầm với khổ đau và lạc thú cùng lúc. Nó cũng làm cho trái tim dù bầm dập—cũng rung động và biết cười khóc với đời—những lời ca tưởng chừng bật ra khỏi một thanh quản rướm máu hay cuộc đời vừa rướm máu? Tôi không thể lý giải được. Chỉ biết rằng từ đôi môi khô ráp vì khói thuốc và đôi mắt nhìn xuống hai kẽ ngón tay vàng úa đang kẹp điếu thuốc, tình yêu và tuyệt vọng hòa quyện vào nhau để kết thành bông trái.

Lời ca có lúc bị tiếng mưa làm nhòe đi. Như một đĩa hát bị mòn ở giữa hai vòng quay. Những gã trai xa nhà tìm thấy lại tình yêu vừa bỏ quên đâu đó ngoài phồn hoa đô thị. Giữa hai đầu nỗi nhớ là những bước chân rượt theo một tình yêu rát bỏng mù lòa. Khi người ta yêu, cũng giống như khi người ta chết, có một thời họ ủ đau thương trên những dòng mực làm bằng máu lệ của mình.

Chiều sẽ tàn và đêm hình như muốn ướt át theo mưa. Dzũng Chinh ngừng đàn. Vài hơi thuốc rít chuyền giữa môi miệng nhau để đóm lửa tiếp sáng trên môi. Những đôi môi khô ráp của những con sói đồng hoang. Ở một nơi sâu khuất trong trái tim, những điều tưởng chừng vùi lấp ngủ quên bỗng cựa mình thức dậy. Những đêm như vậy những ngọn đèn thắp sáng trên tường bỗng trở thành xa xỉ...

Nhiều năm sau tôi nghe tin Dzũng Chinh tử trận. (ngày 1 Tháng Ba năm 1969.) Cái chiến trường mà anh nằm xuống thuộc núi đồi miền Trung. Tại sao anh chết và những gì liên quan đến anh tôi không biết nhiều. Chỉ nghe nói anh xin học khóa Sĩ Quan Đặc Biệt và sau đó đổi về Quy Nhơn.

Có những cánh đồng sim chạy dài trên những ngọn đồi hoang vắng tại đó. Những màu sim định mệnh như trong lời nhạc của anh. Hạt mưa cuối mùa từng bay qua cuộc đời chúng tôi khi còn trong quân trường Quang Trung, bây giờ tải thêm nỗi buồn khác, vì một người vừa bỏ đi khỏi thành phố. Một vì sao đã chìm vào bão lửa.

Trong một lần, tôi đọc trong mục Ao Thả Vịt của báo Sống. Tôi nhớ lúc đó nhà văn Chu Tử đưa ra một nghi vấn văn học qua bài nhạc *Những Đồi Hoa Sim* của Dzũng Chinh. Trong đó có những câu *"những đồi hoa sim... ôi những đồi hoa sim tím chiều hoang biền biệt..."*

Theo ông, trạng từ *"biền biệt"* không đúng theo ý tác giả, mà phải là danh từ *"bìm bịp"*. Đó là những con chim bìm bịp thường thấy nơi những cánh đồng sim. Chúng bay lạc lõng và kêu báo tin nước lớn nước ròng… Và chắc một lần nhìn thấy, Dzũng Chinh đã ghi hình ảnh những con chim bìm bịp đó xuống dòng nhạc của mình. Anh không còn sống để nói lên điều đúng sai cũng như để trả lời một câu hỏi.

Chu Tử cũng qua đời ngày 30 Tháng Tư năm 1975. Trang Ao Thả Vịt khép lại từ những ngày tháng hỗn độn, sau khi tờ báo bị đóng cửa giống như nhiều tờ báo khác. Những biến cố chính trị và quân sự sau đó làm thay đổi vận mệnh cả một dân tộc… huống chi số phận nhỏ nhoi của một cánh đồng hay số phận hẩm hiu của những con chim bìm bịp. Không ai nhắc nhở hay nhớ đến một nghi vấn nhỏ nhoi.

Người đặt nghi vấn đã chết và người cần trả lời cũng không còn. Nhưng lẫn trong gió rét và mưa bụi chiều nay, tôi vẫn nghe được cái hơi thở hổn hển nơi lồng ngực của người nghệ sĩ tài hoa. Cái hơi thở đó vừa làm xao động những cuống lá xanh và ném chúng chạm xuống mặt đường trần trụi...

NHỮNG NGÀY NHƯ LÁ

1.

NHỮNG CON CHIM HÚT MẬT BAY NGANG VƯỜN TÔI sáng nay làm ngỡ ngàng một giấc mộng. Có một thời câu thơ được viết xuống chỉ dành riêng cho một người. Cùng nỗi nhớ cũng tròn vo như giọt mực ngủ quên trên mặt bàn thời niên thiếu.

Đêm qua, thoang thoảng một mùi hương từ bông hồng lạc lõng sau nhà. Không có tiếng chân giẫm trên thềm khô để làm đầy một nỗi nhớ. Khi người ta muốn quên nhau, người ta sẽ dễ dàng đánh mất những điều gì làm nên một tình yêu. Giữa những ngăn rộng rời nỗi nhớ, tôi và nàng chỉ còn lại những cơn mưa...

Khi tôi vào đời, tôi mới chỉ là một người lính. Cao nguyên vùng hai chiến thuật là nơi níu chân tôi nhiều nhất. Biết bao đồi núi chập chùng cùng sương mù quanh năm đã ủ chật hồn tôi như dòng sông mang phù sa trong lòng của nó. Có một màu hoa cũng theo vào đời. Hai mươi tuổi, tôi còn nhiều thơ dại để hiểu rõ một màu hoa như hiểu rõ một nhan sắc.

Một lần nàng hỏi tôi, khi tôi ngỏ lời yêu và hứa hẹn đưa nàng về.

"Liệu biển của anh có khi nào kết nạp được rừng của em, trong khi em là người thường xuyên bị say sóng?"

Câu hỏi mơ hồ như tiếng mưa rơi xuống vùng đất khô và khó lòng để tôi trả lời đúng với lòng mình. Có ngôn từ nào nói lên được một định nghĩa trải lòng như một mùi hoa rất vội không từng đọng lại, không từng thủy chung? Không gian lúc đó là một mảnh trời xanh đến là xanh. Không gian đó từng có biết bao chuyến xe đi qua cuộc đời, rồi dừng lại… Những bàn chân bước xuống, lãng quên…?

Những ngày mưa nắng thay phiên nhau trên thành phố núi của nàng. Mỗi lần xuống phiên trực là tôi ra ngồi quán cà phê. Một lần thấy nàng trong đám đông. Trường học đang tổ chức quyên tiền để cứu trợ thiên tai. Những khách qua đường hay đang ngồi trong quán đều được các cô gái trẻ *"trì níu"* lại để mời mọc tận tình. Những hiện kim được vài người kín đáo bỏ vào trong hộp giấy. Nắng sáng mai làm ửng hồng đôi má và mồ hôi lấm tấm trên những vầng trán phẳng phiu. Chiếc áo len tím ôm sát những thân hình mảnh mai như những búp hoa chưa kịp nở bung trước độ lượng của đời. Tôi cũng làm công việc tượng trưng cho sự đóng góp nhỏ nhoi khi nàng đến bên cạnh bàn. Nàng không nói được gì khi đứng trước tôi, ngoài những lời cảm ơn bối rối.

Không ai nói cho tôi biết khi một dòng sông trôi mênh mông về biển lớn sẽ kéo theo bao nhiêu phù sa trong lòng? Nhưng nỗi buồn luôn là điều có thật và tồn tại trong những câu thơ tôi viết xuống khi trở về làm việc trong hầm truyền tin. Trong ánh điện thắp sáng hai mươi bốn giờ mỗi ngày, mọi người giống như những chiếc bóng thầm lặng trong những thước không gian không định hình đêm ngày. Ngoại trừ những lúc bàn giao phiên trực.

Bên bàn kế bên người hạ sĩ quan điều chỉnh đang cắm đầu trên những trang công điện chạy ra từ chiếc máy viễn ấn tự. Màu giấy vàng cũ và những dòng chữ đều đặn quen thuộc nhưng toát lên sức sống mạnh mẽ của cả một đơn vị. Từ những trang giấy đó, là tin tức về những cuộc hành quân, những tổn thất giữa thù và bạn. Nhiều đêm hệ thống siêu tần số bị giao thoa, tôi và vài người có trách nhiệm phải thức khuya để chuyển kịp đến đơn vị bạn một vài công điện hỏa tốc. Như đêm nay, giữa lúc bận rộn, tôi nhớ nụ cười của nàng, lúc tôi bỏ tiền vào trong thùng quyên góp. Nàng là con gái Bắc—chính gốc Hà Đông—Tôi không biết trong nàng có bao nhiêu ngoan hiền như lời thơ của Nguyễn Tất Nhiên. Nhưng có những điều không làm sao hiểu nổi. Như chút nắng cuối ngày đang đuổi chiều đi qua phố tự dưng dừng lại làm tê điếng một mùa đông. Hay đêm nằm nghe tiếng gió ném khát thèm qua từng lỗ châu mai để tràn trề lên chăn chiếu... Và sau đó là những buồn bã lo toan níu cơm áo đời thường.

Trời sáng. Tôi ra ngoài, trèo lên một tam cấp dẫn đến câu lạc bộ của tiểu khu. Trước mặt là con đường chia hai bắt đầu từ nhà bưu điện—một phía vào trại lính—một phía ra Chợ Mới. Ghé vào một quán quen kéo ghế, kêu cho mình ly cà phê đầu ngày và kèm theo một tô mì. Giữa tiếng nói chuyện, tiếng ly tách va chạm vào nhau trong quầy, hơi thuốc từ chỗ tôi và nơi bàn kế cận góp phần làm chật đầy buổi sáng lạnh. Tôi hình dung ra tiếng cười nàng và đôi mắt trong veo như chưa đau buồn chín đủ. Và khói thuốc có phải tượng trưng cho một thời của mơ ước tươi non? Trong khi tôi trở thành một đứa trẻ muốn được hồn nhiên giữa giây phút yếu lòng...

Tất cả đã xa rồi. Trong hơi thở của thời gian khẽ khàng, mùa thu chưa về đã làm nhói đau lồng ngực. Có một màu tím ngỡ ngàng đi theo tôi những tháng năm dài như vậy, trong khi bàn chân lại không thể bước ra ngoài nỗi nhớ.

2.

GIỮA MÙA HÈ NĂM 1969 TÔI BỊ THUYÊN CHUYỂN về Quảng Đức. Đó là một quận lỵ buồn và nhuộm màu sắc dữ dội của chiến tranh. Một con suối len lỏi qua rừng cây để rồi cuối cùng bao quanh một sườn đồi.

Nơi vùng đất cao nhất dùng làm bộ chỉ huy của tiểu khu. Một phi trường quân sự nhỏ nhưng đủ để cho vài chuyến C.130 hạ cánh. Thư từ và báo chí đều do những chuyến bay hiếm hoi như vậy đem đến. Mỗi tuần lễ hai ngày, thứ ba và thứ sáu, mọi người lính đều nhìn về hướng Ban Mê Thuột chờ đợi sự xuất hiện của các chiếc phi cơ. Chúng vừa tải quân trang quân dụng đồng thời chuyên chở những hi vọng. Đó là những lá thư xuất xứ từ các khưu bưu chính gửi về các đơn vị trong vùng. Cách xa hơn vài chục cây số là đoạn đường nối liền Quảng Đức và Đức Lập, thường xuyên bị tàn phá vì cộng sản gài mìn. Những chuyến *commando car* từ lúc mờ sáng có bổn phận mở đường cho xe cộ lưu thông—để rồi nhiều đêm chính ngay đoạn đường đó—trở thành khu vực bị đắp mô gài mìn của phía bên kia.

Nhiều tuần, tôi không nhận được thư. Báo chí lại càng hiếm hoi. Buổi sáng mặt trời lên, sương còn đọng giữa hàng dây kẽm gai bên ngoài như tình yêu chưa từng kịp lớn khôn. Đôi khi khoảng cách giữa hai hàng chữ trên trang giấy giống như khoảng cách của hai thành phố không bao giờ thấy nhau, chạm tới.

Ngày tôi rời xa nàng, đang mùa hạ. Tháng Tám vắng vẻ tà áo trên sân trường. Và dáng ai hồn nhiên như chim bay qua từng góc rừng mà không nhìn lại? Chiếc áo len màu tím trĩu xuống bởi sương mù hay mưa bụi? Có một hình ảnh nào của tôi trong lòng nàng? Sự bâng khuâng trì níu hay chỉ là nắng gió trở mình? Tôi hi vọng mọi thứ đừng che lấp trái tim mười bảy tuổi…

Mùa hạ sắp đi và mùa thu sẽ đến sớm. Rừng cây đã chớm màu vàng. Tôi tồn tại trong một thành phố già háp vì chiến tranh nhưng non yếu những kinh nghiệm sống. Một nơi chốn duy nhất sinh động là chiếc quán ăn nghèo nàn ở cuối xóm. Những người lính xa nhà sẽ cảm giác được không khí gia đình quen thuộc khi ngồi tại đó. Từng mâm cơm đơn giản nhưng tươm tất được dọn ra bởi bàn tay của hai mẹ con người chủ quán. Họ là người địa phương sống lâu năm tại đây. Người mẹ là một người phụ nữ góa chồng. Còn cô con gái dạy học ở trường Tiểu Học bên kia quận. Ba tháng hè, không phải dạy học về phụ giúp mẹ coi quán.

Thức ăn mỗi ngày thường là canh rau muống nấu với cua đồng và cá chuồn kho. Lâu lâu có thịt heo và đầu tháng có thêm thực phẩm phụ trội của quân tiếp vụ. Những thân chủ thường xuyên của quán là những người lính của tiểu khu. Họ gặp nhau cười nói ồn ào trong những ngày đầu tháng lãnh lương. Đôi lúc có thiếu hụt chút đỉnh nhưng bà chủ không phiền hà và cho họ thiếu lại tháng sau.

Những người lính không phải là thân chủ thường xuyên như tôi thì ăn bữa nào trả tiền bữa ấy. Còn tiền thì ghé quán ngồi, hết tiền nằm trong trại nấu mì gói. Cuốn sổ nợ treo trên vách cong queo theo thời gian cùng với những cái tên được viết nắn nót từ bàn tay cô gái.

Ban đêm, thảng hoặc có ai đi qua quán sẽ thấy cô gái đang cúi đầu ghi chép dưới ánh đèn trên tường dội xuống. Ánh sáng đủ ngọt để hiện rõ khung lịch Tam Tông Miếu treo vừa tầm mắt. Những chai nước ngọt nằm kề vài chai bia quân tiếp vụ. Đêm ôm trong lòng nó từng ngọn gió Lào thổi về thoáng nghe hắt hiu một nỗi buồn. Những gã lính xa nhà nghe hồn vàng phai một màu lá.

Tôi nhớ người tình của tôi vô cùng. Không biết lúc này ra sao. Nơi em ở cũng sang mùa và lá vàng đang rụng. Chúng có bay hết theo đường đi của em và đến bao giờ thì đậu lại? Tháng năm có làm tim nàng lem luốt màu mực khi tình yêu trở mình khôn lớn? Tôi tự nhủ mình đừng buồn, nhưng vẫn nghe cơn mưa bay hoài trên vạt đồi heo hút. Những giấc mơ trống hoác và xa lạ một dung nhan. Tôi thấy mình già nua dù mới ngoài hai mươi tuổi.

Một đêm Việt Cộng pháo kích vào tiểu khu. Nơi làm việc của chúng tôi không bị thiệt hại nhiều vì những đường đạn bị chệch hướng. Những tia lửa rực sáng kéo đằng sau nó những tiếng rít căm thù giống như lòng căm thù của những người bên kia chiến tuyến. Dù đơn vị Truyền Tin nằm sâu dưới hầm lô cốt kiên cố nhưng chúng tôi vẫn phải trong tư thế sẵn sàng giáp chiến với địch. Đồng thời cố gắng giữ cho hệ thống siêu tần số không bị gián đoạn. Những người lính địa phương quân phòng thủ bên trên hầm lô cốt cũng vậy. Họ quá quen thuộc với những cuộc pháo kích gần như cơm bữa giữa đêm để rồi sau đó chìm xuống những tiếng súng.

Nhưng đêm đó tiếng pháo sớm dừng và cuối cùng thì im hẳn sau tiếng gầm rú của phi cơ bạn trên trời. Sự nguy hiểm đã không còn.

Gần sáng, qua vài công điện gửi về, tiểu khu không có nhiều tổn thất, ngoại trừ một tổn thất mà đến sáng mọi người mới biết. Một trong những viên đạn pháo đầu tiên bắn đi của kẻ thù đã rơi đúng vào chiếc quán ăn dưới xóm. Hai mẹ con người phụ nữ chủ quán bị thương. Trên đường đưa đến bệnh viện dã chiến gần đó, cô giáo đã chết.

Sau này, nghe kể lại, tôi mới biết cô gái không chuẩn bị cho mình sự ra đi. Đêm cô chết là đêm thứ bảy. Chỉ còn một hôm nữa là tựu trường. Cô sẽ từ giã chiếc quán và người mẹ thân yêu để trở lại lớp học. Không có đứa học trò nào kịp biết để tiễn chân cô đi vào một nơi không ai từng muốn chạm mặt. Không biết cô có một tình yêu hay chưa và đã từng bao giờ cúi nhặt một cuống lá bên đường để nghe xôn xao một cõi lòng thiếu nữ. Từng hạnh phúc trong veo nào được cô nhìn qua lăng kính hôm qua? Ngày cô nằm xuống vẫn còn nguyên trong túi áo những hạt bí gầy mẹ cho (để về gieo trồng nơi mảnh vườn sau của trường.) Và bài hát thầm mà cô định mang vào lớp để hát cho đám học trò nghe giờ đây mờ nhạt những nốt trầm.

Bây giờ cô đã không còn cần thiết một bầu trời xanh màu vụng dại cùng tuổi đôi mươi mang hồn vía của rừng.

Bây giờ cô không còn đi tiếp một hành trình phía trước, nơi vừa mới bắt đầu đã dừng lại kết thúc. Những cuộc đời không bao giờ vẹn nguyên...

Luống đất trước quán ăn bây giờ lặng tăm. Không mấy ai đủ thản nhiên khi ngang qua nơi chốn cũ mà không ngoái lại. Nơi có chiếc bàn gỗ và một cô gái ngồi ghi xuống tên những ai còn thiếu nợ.

Chiến tranh, nhìn từ phía nào cũng đều vô luân...

THANH XUÂN KHÔNG CÓ VÉ KHỨ HỒI

Tặng hai em Thu—Cúc, và tiệm giặt ủi Như Ý, Bàn Cờ.
Tặng Năm Tròn, quán cà phê thời mới lớn...

1.

TÔI HỨA VỚI LÒNG LÀ MỘT NGÀY NÀO ĐÓ TRỞ VỀ ngồi dưới hiên nhà, giữa ồn ào phố thị. Con đường nhỏ cùng những mái hiên nhô ra nhìn xuống mặt đường không ngủ. Mùi khói xăng xộc lên từ xe cộ qua lại bên ngoài. Mùi cống rãnh váng vất sau một cơn mưa. Mùi của thức ăn mời mọc từ hàng quán gần đó. Mọi thứ sẽ ẵm bồng tôi lên để chạm vào ký ức.

Buổi sáng, nếu chú ý, sẽ có tiếng chim rót vào tai. Tiếng chim giống như những lời kể lể của một đứa trẻ vừa tập nói. Về những người đã từ nơi đó bước đi. Những đứa con lớn lên như cây và những cành xanh hớn hở.

Mới hôm qua tôi vừa giũ bỏ những bận lòng. Nhưng Tháng Tư có điều gì run rẩy. Buồn sót lên mắt môi.

Đêm về sáng tiếng xe xích lô máy nổ nhẹ chờ ai đó... Cà phê Năm Dưỡng bên này nhìn qua bên kia hẻm Nguyễn Thiện Thuật, Bàn Cờ. Nơi có trường tư thục Trung Hiếu dạy tiếng Anh. Nơi tọa lạc căn nhà 16/14 có tấm bảng giặt ủi mang tên Như Ý. Đứa con trai mất ngủ rời giường chiếu xuống đường, những thềm xi măng lem luốc màu đèn. Trên đầu những vì sao cũng lem luốc nghe ngóng một số phận.

Căn nhà đó từng có một bà Mẹ người Bắc cùng mấy anh chị em đang tuổi ăn học. Ban ngày dùng làm tiệm giặt ủi, tối quay quần quanh bữa cơm và những câu chuyện kể nghe hoài không thấy chán. Đêm ấm bởi ánh đèn và bởi tiếng cười. Tôi ngồi cạnh Nguyễn Hải Đông, đôi khi ngồi giữa Thu và Cúc, hai cô em của Đông. Những chén cơm ân cần và đâu đó cuộc đời là những giấc mơ lạ lùng, trong đó có biết bao cô gái làm xanh đời người khác.

Năm tháng dù dài và khó hiểu, nhưng năm tháng vẫn vẫn xoay và con người đi qua những bể dâu đời này. Biết bao chân trời xa rộng níu chân... Biết bao bến xe đò ngại ngần nửa đêm về sáng, nhưng tôi nghĩ mình từng mắc nợ Bàn Cờ và hẻm Nguyễn Thiện Thuật. Có những nơi chốn vừa thức dậy đã chạm tay tới đói nghèo nhưng vẫn không ai để lòng giận dỗi. Có những ngày bó gối ngồi trong phòng nghe tiếng mưa ghì chặt những giấc mơ xuống giường chiếu gối chăn. Những ngày không biết vì sao cứ mủi lòng khi hành lang xào xạc tiếng lá khô.

Nguyễn Hải Đông từ Cần Thơ không về kịp ngày ba mươi Tháng Tư. Khi Đông về kịp thì tôi đã quay lại. Sau đó nghe tin Đông mất tích trên đường vượt biển. Căn nhà mang tên Như Ý như một định mệnh. Bảng hiệu giặt ủi được tháo gỡ. Chỉ còn mờ nhạt một khung vuông không tiệp với màu tường. Bà Cụ không còn công việc quen thuộc để làm ngoài những bếp núc thường ngày cùng những bữa cơm vắng thưa chỗ ngồi. Ba anh em trai thì cả ba người vượt biên không nghe tin tức. Còn hai cô em gái, Thu, Cúc, ra vào thưa thớt tiếng cười... Sau ngày Sài Gòn đổi tên có bao nhiêu thân phận trôi theo dòng đời. Những cửa biển đêm ngút ngàn tiếng gió. Những vì sao hết còn rưng rưng... Trước ngày đi Mỹ định cư tôi có ghé lại Bàn Cờ.

Căn nhà đó vẫn không sửa sang thêm cũng không tàn phai thêm. Bà chủ nhà dĩ nhiên có già đi nhưng vẫn mang dáng điệu sang trọng, quý phái của một người phụ nữ Hà Nội. Còn Thu, Cúc hai cô gái một thời gian sau đã nghỉ học.

Không ai biết về chuyến ghe có ba anh em trên đó. Tội nghiệp người đàn bà mấy chục năm chắt chiu hi vọng thấy những đứa con trai trở về. Bà không tin họ là những vì sao xấu số trong muôn vạn vì sao đang lấp lánh trên trời. Những thầy bói, những cô đồng nổi danh đều được Bà tìm đến hỏi han. Những số tiền không nhỏ bỏ ra chỉ mong thu về một kết quả lạc quan nào đó. Nhưng tất cả đều sai lạc, mơ hồ.

Tôi ghé thăm Bà một lần. Rồi không bao giờ dám ghé lại một lần thứ hai. Không phải tôi vô tình nhưng tôi không muốn nhìn thấy nỗi buồn chật trên mắt môi Bà. Không biết từng trận mưa đêm ào ạt lên mái tôn có cho Bà mường tượng tiếng ai về gõ cửa? Ngày tôi còn trọ ở đó, tôi há chẳng từng hứa với lòng khi giải ngũ về, tôi sẽ trở lại và đứng nơi bậc thềm này mãi mãi. Sẽ lắng nghe Bà kể chuyện đời xưa trên chiếc võng treo dựa cạnh tường. Trong khi mấy đứa con có đủ mặt. Còn hai cô con gái có đôi má hồng lên màu của hoa đào ngày giáp Tết. Tiếng chén dĩa trong bếp định hình một bữa cơm…

2.

KHI NHỮNG TRẬN GIÓ ĐÊM KỂ TÔI NGHE VỀ những chồi non vừa lấm tấm trên ngọn bàng trước biển. Cũng là lúc Tháng Tư ùa qua lòng. Những ước mơ chưa thành và những điều đang làm, dang dở. Biết nói thế nào là ngắn ngủi hay đầy đủ về một bất hạnh?

Ai rồi cũng như cây. Cũng vương vấn đuổi theo một thời xanh lá, mơ hồ.

Tôi đi qua những tháng năm dài để một sáng lặng người trước một tấm hình của biển.

Thời gian là trước năm 1975 và chắc phải là sau ngày tôi đi lính. Mấy chục năm rồi mà sao vẫn như hôm qua một thời áo trắng?

Không gian là một phần biển từng ngụp lặn, từng khôn lớn. Chiếc quán thanh khiết buổi sáng mai và lộng lẫy sau lưng là những cành nhánh mở lòng (những tán dừa, những cây dương, những ngọn bàng non đang đợi ngày ai đến…)

Tôi thấy tôi vừa trở về thành phố biển của riêng tôi. Góc ảnh nhỏ như mảnh đời tôi vỡ vụn được ghép lại bằng quá khứ. Dưới bảng hiệu Năm Tròn là hàng chữ chân phương Giải Khát–Điểm Tâm, nhìn sang bên kia đường, nơi có tòa nhà Bưu Điện, từng phơi trải, dấu giếm tâm sự của biết bao trái tim học trò. Có những tờ thư hổn hển môi hôn hay cũng có luôn nhạt nhòa nước mắt…?

Dưới thềm quán là những bàn ghế đang có vài khách ngồi. Vài chiếc xe đạp dựng thoải mái dưới một gốc cây dương chắc cũng già như chủ.

Cái thế giới đẹp của một thời hoa niên vừa thu gọn lại nhỏ bằng một bàn tay nhưng ẩn giấu nhiều bí mật. Nơi có tiếng chuông rung vọng về từ Nhà Thờ Lớn. Nơi có bước chân hoang của đứa học trò nghèo—học dở—ngồi đồng suốt đêm đợi giờ quán gần đóng cửa mới chịu về. Nơi những ly cà phê đen đá sượng sần mùi lính tráng và những tờ thư thứ nhất. Trên đường vài chiếc xích lô chở khách vụt qua, bỏ lại sau lưng ánh mắt hết còn trẻ trung mà già nua, đơn độc.

Đôi khi quán tạt về một cơn mưa. Đằng sau là biển đang trầm ngâm những điều gì không rõ. Có tiếng hát của Thanh Tuyền trong trẻo, như tiếng ve sôi không chịu xa rời trường lớp. Đứa con trai muốn ngủ một giấc và thức dậy ở một nơi khác chẳng có mặt trời.

Đôi khi quán trong một ngày nắng. Đứa con trai thấy chói chang một tình yêu và hiểu hạnh phúc trên từng cơn sóng ngoài khơi là điều có thật. Hiểu những chiếc lá đổi màu nói lên những đổi thay của thời tiết mùa màng, là điều không tránh khỏi.

3.

CHO ĐẾN MỘT NGÀY, TÔI TRỞ LẠI, THÁNG MƯỜI, năm 2014, đằng sau quán cà phê Năm Tròn ngày xưa bỗng dưng mọc thêm bến đậu của tàu cánh ngầm. (Bưu điện phía trước không biết có còn hay đổi thành một cơ sở nào đó… hay vẫn còn nhưng tôi không nhìn ra.)

Vị trí từng tọa lạc một cơ ngơi ngây ngất mùi cà phê từ sáng sớm đến giữa đêm giờ cũng không thấy. Chỉ còn hồn phách người đàn ông già ngã xuống thềm gạch thênh thang mà chật hẹp tình người. Tiếng gió luôn bất an dù biển vẫn hiền hòa. Vẫn bao bọc những tình nhân một thời của tôi dù họ không còn như thời tôi yêu họ.

Đôi khi, đứng trước một quá khứ, con người chịu thua không biết điều gì tác động đến một cảnh vật đến nỗi thời gian không tìm ra lời giải đáp. Những bàn tay tưởng chừng nắm chặt nhau còn có lúc phải rời xa, và cà phê đen như màu mắt một người.

Có tiếng chim hót dưới một tán bàng. Buổi sáng nay có mùa về rất lạ. Không hiểu tôi đã kịp giữ gìn vị ngọt tuổi thơ giống như viên kẹo ngậm cả đời không tan hết, khi bất ngờ gặp lại Cúc. Cô gái bé bỏng từng xới cơm cho tôi, giờ đã chững chạc trưởng thành. Cúc mang một túi vải đựng hành lý chuẩn bị bước xuống tàu cánh ngầm. Hai hột bẹt lấp lánh trên mang tai em tượng trưng một hạnh phúc rạng rỡ. Em nói:

"Anh đang ở đâu vậy? Mẹ em vẫn còn nơi căn nhà cũ. Anh Đông, anh Nam, và Bắc vẫn không tin tức. Em đang sống cùng chồng tại Vũng Tàu..."

Lời của Cúc vội vàng và tôi đang đứng như trời trồng vì cuộc gặp bất ngờ:

"Anh đang ở Mỹ".

Chỉ nói với Cúc bao nhiêu đó rồi chia tay. Ngay cả số *phone* cũng không kịp trao đổi.

Chân trời và biển ngoài xa bỗng liền lạc thành một vết đen mơ hồ, giống như nhánh tóc của Cúc, bay ngang mặt...

Cuối Tháng Tư, 2023

CÓ MỘT THỜI XANH CÂY

Một hồi tưởng ốm o và dài nhẵng, như con đường từng đi hoài không thấy biển.

"Tưởng lòng đã thấm tương chao
Mới hay mình vẫn vàng thau với đời!"

(Diêu Linh)

1.

KHI NÀNG BỎ ĐI RỒI, TRONG SUỐT NHIỀU NĂM TÔI mơ chỉ một giấc mơ. Là thấy nàng trở về. Có những điều chúng ta không làm sao hiểu được là sự chia cách không phải bởi không gian bao la mà vì hình ảnh của người này ở trong lòng người kia chưa đủ.

Sáng nay, thoang thoảng mùi hương từ bông hồng lạc lõng sau nhà. Không có tiếng chân giẫm trên thềm khô để lòng nghe biết vui mừng. Khi người ta muốn lãng quên, người ta sẽ dễ dàng đánh mất những điều gì làm nên một tình yêu. Sau những đau buồn chín đủ, tôi và nàng chỉ còn lại biển cùng những cơn mưa... Trên bãi biển đời người có nhiều dấu vết để lại. Có những dấu vết hằn sâu đọng lại một vài phiến lá kỷ niệm. Có những dấu vết hời hợt bị xóa lấp khi sóng biển tràn dâng. Tình yêu cũng vậy

2.

CÓ LẦN ĐƯỢC PHÉP, TỪ ĐÀ LẠT TÔI VỀ NGAY NHÀ Má tôi. Buổi sáng đầu tiên tôi ra biển, gặp đang giờ nước ròng. Phía trước, có một nhóm người đang thả lưới. Họ đánh bộ một vòng ra xa, vừa với mực nước ngang tầm ngực rồi chuẩn bị kéo lưới vô bờ. Tôi ngồi trên một ghế vải, kêu một ly cà phê và châm một điếu thuốc. Khói quẩn quanh không muốn đào thoát ra khỏi chỗ ngồi, rồi tan trong gió sớm. Môi muốn cười mà không thể. Những hàng phượng nơi đường ra bãi Nghinh Phong từng cháy đỏ mấy tháng hè giờ cũng biết tương tư một lời ve khẩn thiết.

Màu trời xanh trên cao liền lạc với màu xanh của biển bên dưới. Vài đám mây lạc lõng mờ nhạt như muốn gửi gắm cho đời một thông điệp không rõ ràng. Ngày còn trong quân trường, nhiều buổi sáng nghe tiếng chim không còn hồn nhiên và nhìn đâu cũng thấy buồn. Buổi chiều nghe lạnh thấm qua vai mà tưởng roi đời tạt lên quá khứ. Nơi ngập ngừng những miếng hôn. Những môi run tái mét…

Một tuần lễ phép đủ để tôi thấy biển mênh mông và thời gian dài bằng cơn mưa chiều bay qua biển.

Một hôm tôi thấy Giang. Cô gái đến từ Sài Gòn và nắng biển chưa kịp làm hồng đôi má. Đôi mắt nói thay cho nụ cười rất trẻ. Nàng giẫm lên cát bằng những bước chân ngại ngần. Nước kéo theo những gợn sóng cùng đám bọt biển đuổi hôn những ngón chân nhỏ của nàng. Những ngón chân có màu son như những vệt san hô rướm máu. Đủ làm trầy trụa và tổn thương bất cứ mọi tấm lòng si dại.
Đêm cuối cùng ngày phép có gió mùa về hiu hắt. Thành phố chợt lạnh lạ kỳ sau những ngày oi ả. Tôi dạn dĩ mời nàng đi uống một cái gì đó—dù không hi vọng nàng đồng ý—Những câu nói bâng quơ dội xuống đường đêm và tôi không biết mình có tồn tại một vị trí nào không trong lòng nàng? Nhưng may mắn nàng nhận lời.

Mười sáu tuổi nàng không cần chọn lựa một hướng đi vì cuộc đời phía trước còn mênh mông. Biết bao tiếng gió thổi từ biển vào bờ, len qua những phên vách, qua cửa hồn ai, trống trải?

Cuối cùng, chúng tôi ghé vào một quán nhỏ bên đường Quang Trung:

"Giang sợ," nàng nói.

Tôi nghe hơi thở nàng run yếu. Tôi trấn an nàng:

"Không sao... Chỉ ghé qua để Giang biết nơi đây từng có một quá khứ..."

Chiếc quán nghèo nàn đến nao lòng và không thể gọi là quán. Đó là một chiếc lô cốt lâu đời do người Pháp xây để làm nơi phòng thủ. Từ vị trí đó, họ đặt những khẩu súng để bắn ra những tàu địch ngoài khơi. Bây giờ dấu tích đó không còn.

Có hai vợ chồng già dùng nơi đó vừa để ở, vừa buôn bán vặt vãnh, cầm chừng. Hai ba tán dừa được cột sơ sài trên những khung gỗ cũng sơ sài không kém. Hình ảnh không nói thêm điều gì ngoài việc cho người qua lại biết nơi đây đang có một chỗ để dừng lại… Thời tiết cũng làm ảnh hưởng việc sinh hoạt của chủ nhân. Những ngày mưa nhiều "quán đóng cửa."

Không biết ai đã đặt tên nơi đó là quán Tổ Phụ. Có thể vì cái dáng vẻ già nua vô cùng của ông. Khi ông cười, chiếc miệng móm mém chỉ còn vài chiếc răng làm cho người nhìn liên tưởng ngay đến một vị tiền bối ẩn cư trong truyện kiếm hiệp.

Một chiếc kệ bày biện trên đó vài thức ăn khô, chính yếu là khô mực và khô cá đuối… Vài hũ rượu nếp than… vài chai nước ngọt—để chữa cháy—Đặc biệt một thố thuốc to đùng trong đó đựng rượu để ngâm chim bìm bịp. Tổ Phụ tự hào chỉ duy nhất nơi quán ông mới có bán rượu này. Một "thần dược" chống mọi thứ bệnh và có khả năng làm người uống trẻ mãi không già…

Trong khi những khách hàng mới ghé lần đầu còn đang phân vân không biết hư thực về những lời Tổ Phụ quảng cáo, thì những khách hàng đến đây mỗi đêm đều quen thuộc với những thố rượu đậm đen màu xác chim và không bao giờ tự hỏi là đã có bao nhiêu con bìm bịp trong cuộc đời ăn nhậu của mình.

Quán giờ đó không có người. Bên tôi, giữa cái không gian rất êm ả của một đêm xanh, mà tiếng sóng luôn là điệp khúc, Giang trở nên dạn dĩ. Nàng tham dự thật tình vào một khung cảnh lạ phập phồng những buồn vui. Nàng đang chạm tay vào thời khắc lãng mạn cùng một người lính.

Chiếc quần *jean* xắn cao lên một nếp gấp và chiếc áo sơ mi trắng thẫn thờ nghe ngọn gió đêm chảy tràn qua ngực. Tôi nói Tổ Phụ cho nàng một chai nước ngọt còn tôi một ly nếp than. Một miếng khô đuối nướng kèm theo một đĩa đậu phộng.

Đêm lan tỏa mùi khô nướng như mùi của quá khứ nào đó bay qua tuổi thơ buồn (nơi có biển bờ ngoài kia và những vì sao trên đầu, nơi có những tháng ngày lam lũ của Má tôi và mấy đứa em chưa kịp lớn khôn.)

3.

MỚI ĐÓ ĐÃ XA RỒI. VẪN CON ĐƯỜNG QUEN CŨ ĐÓ thôi. Tôi làm tiếng sông đi qua những bến lòng thầm lặng. Những bài thơ ghi xuống một nhan sắc đại diện một thời óng chuốt. Những buồn vui giả vờ.

Đêm đó có gã trai bỏ đằng sau đôi mắt tròn đen thơ dại. Mười sáu tuổi nàng trong veo và bình yên như hàng me đợi sang mùa thay lá. Còn tôi làm nhánh sông đi qua những bến bờ thầm lặng. Những con đường có ánh đèn đêm dội xuống bóng của mình nằm xuống?

Đêm đó có người con gái ngồi bên cạnh xé khô nướng cùng tôi. Bàn tay trắng muốt có những ngón đài các trấn an hôm nay hay xé lòng tôi ngày mai thành những mảnh đời vụn vặt?

Chất rượu dưới đáy ly hết còn mang hồn vía của chim bìm bịp cùng lúc nơi ngực trái đang đau nhức râm ran?

Giữa tôi và nàng, không biết ai sẽ mắc nợ nhau một lời mừng trăm năm? Nhưng tôi biết từ cái đêm đó hết còn bình yên. Hết còn những bước chân tưởng như dửng dưng mà da diết khôn cùng. Và những bàn tay đêm có còn hơi ấm để tương tư Sài Gòn một trăm hai lăm cây số xa. Như dòng sông tương tư một bến bờ nhân quả.

4.

HAI NĂM ĐI LÍNH, TÔI LẠI TRỞ VỀ. NGANG QUA GÓC biển xưa. Quán rượu bìm bịp không còn vì *Tổ Phụ* đã chết. Cũng không có ai bên cạnh trên đường đêm mịt mùng.

Nàng đã biền biệt từ khi tôi vào lính. Cũng như nàng không từng chờ đợi bước chân ai giẫm qua những ngăn buồn ngăn nhớ. Năm đó Giang mười tám tuổi. Còn tôi? Nàng đâu có biết rằng năm tháng cũng biết yêu khi tiếng mưa lơ đãng trên mái nhà nơi có tôi ngồi một mình. Mùa xuân kéo theo những nụ mầm cuống quýt. Những bông bàng trân mình suốt một mùa đông nhìn xuống hàng bông giấy.

Tôi nhớ nàng. Nhớ cái cung cách nàng ngồi bên cạnh tôi, từ tốn và khoan thai. Nhưng cũng quyết liệt cứng lòng không kém.

Làm sao để tôi thuyết phục một tấm lòng xuân nữ yêu mình và thắp trong lòng nàng đốm lửa đam mê với một que diêm thất bại? Trong khi những điều nghịch lý của chiến tranh ồn ào chung quanh nàng.

Cho đến bây giờ, nhiều chục năm sau, trên một đất nước—đầy sữa và mật—tôi vẫn chưa thể trả lời câu hỏi đó. Mùa xuân trôi êm đềm trên những ngọn cây đầy sinh lực. Chiếc bàn nơi góc quán không có dịp đón nhận hơi ấm của cánh tay người tựa lên, nhưng vẫn nghe ràn rụa một hồi sinh.

Có những tình yêu giống như một đời lá. Có những tình yêu giống như một bông hoa.

Khi tôi yêu nàng, tình yêu rất non trẻ dường nào. Bây giờ tôi đã gần sáu mươi. Gần bốn mươi năm rồi còn gì? Những kỷ niệm nào được gợi ra từ một ánh mắt, một môi cười có còn tươi màu hay đã tàn phai, mất biến? Những dấu ái gây cho lòng nhau có còn đậm màu hay trở thành ray rứt?

Tôi không biết Giang bây giờ ra sao. Không biết nàng còn sống hay đã không tồn tại từ sau một cuộc đổi đời. Nhưng nếu nàng còn sống thì bây giờ ra sao? Thí dụ tôi gặp lại nàng đâu đó, trên đất nước Hoa Kỳ, không biết tôi có nhận được ra nàng dễ dàng như ngày nào? Và nàng cũng vậy, có nhìn ra được tôi? Không chắc.

Có những điều làm cho người ta sợ hãi vì đánh mất. Danh vọng, tiền bạc, nhan sắc. Trong đó nhan sắc làm cho người ta sợ hãi nhất. Danh vọng, hay tiền bạc nếu mất đi, một ngày nào đó sẽ tìm thấy lại. Nhưng nhan sắc mà đã bỏ đi thì vô phương. Năm ba năm không nhìn thấy nhau, đã cảm giác được sự thay đổi. Mười năm hay hai mươi năm, gặp lại nhau thì cái cảm giác xưa và sự mường tượng cũ đã thay bằng thực tế... Huống hồ là bốn mươi năm.

Tôi mong nàng còn sống và đang sống bình thản ở đâu đó. Một ngày nào nếu tôi gặp lại nàng trên đường phố Bolsa chẳng hạn. Cả hai đều không nhận ra nhau và đi lướt qua nhau. Mắt lơ đãng nhìn về phía khác và cái giây phút cảm nhận về nhau cũng không hề. Như hai người xa lạ chưa từng quen nhau. Không có cả một tín hiệu giăng ra từ một trái tim hay nỗi cảm thông cho nhau từ một tấm lòng.

Nếu quả thực như vậy, thì cuộc đời phũ phàng quá. Nó tồi tệ hơn là thấy nhau mà không với đụng được nhau. Nó còn đau khổ và tồi tệ hơn là thấy nhau để rồi kinh ngạc về nhau vì sự đổi thay lớn quá.

Khi Doctor Zhivago gặp lại Lara trên đường phố Mạc Tư Khoa, là buổi sáng mùa xuân mát rượi những cánh gió. Boris Pasternak để cho Zhivago nhìn thấy Lara dưới góc phố ồn ào. Nhưng Lara thì không thấy ông. Zhivago đang ngồi trên xe điện nhìn mông lung xuống đường. Và trong một lúc đôi mắt ông bắt gặp mái tóc vàng quen thuộc của người đàn bà mà ông từng yêu dấu. Ông đã sửng sờ. Người đàn bà tuyệt vời đó đang đứng cạnh những dòng người để chờ băng qua đường. Hai tay nàng bỏ trong túi áo khoác màu kem, đầu ngẩng cao như đã từng ngẩng cao thách thức lại số phận. Nhưng có một số phận chung giữa hai người không thể vượt qua, dù cách nhau chỉ một vạch vôi đường. Đèn xanh. Xe điện vượt lên phía trước. Zhivago đứng bên khung cửa kính tuyệt vọng nhìn xuống. Ông cố gắng làm mọi cách để kêu tài xế dừng lại, trong khi bên dưới đường, màu vàng óng ả từ mái tóc thân thương đã trôi biến theo dòng người. Như vạt gió mùa thu lướt qua miền dâu bể. Zhivago đột ngột cảm thấy khó thở, ông ngã về phía trước. Trong khi miệng cố gắng kêu tên Lara. Trong khi bàn tay xua đi nỗi bi thiết là không thể với đụng đến hạnh phúc. Cái hạnh phúc lẫm liệt nhưng đầy nước mắt, là gần nhau gang tấc mà cách xa nghìn trùng.

Đằng sau những trang sách khép lại một tình yêu vùi dập thương đau kia là cánh cửa mở ra khu vườn văn học thế giới. Giải Nobel 1957 cho Boris Pasternak. Cũng đằng sau những trang văn mượt mà nước mắt kia là một tác phẩm kinh điển về mối tình tay ba vĩ đại của thế kỷ.

5.

LÀM SAO ĐỂ TÔI VẪN CÒN YÊU MẾN ĐỜI SỐNG NÀY một khi tình yêu không còn và mỗi ngày nghe giông bão trên vai?

Gần bốn mươi năm, kể từ khi bước xuống cuộc đời, tôi vẫn trang trọng mọi điều làm nên tình yêu, dù hạnh phúc hay khổ đau. Dù từng chia tay hay từng nắm tay đi nhau dưới một con đường. Dù sáng bình minh hay đêm dài thao thức. Người ta không mong chờ những bất hạnh nhưng không thể quay lưng lại bất hạnh.

Bạn bè hỏi tôi tại sao cho đến giờ phút này tôi vẫn còn viết được về tình yêu và tác phẩm của tôi vẫn còn thấp thoáng những môi hôn và ràn rụa nước mắt? Tôi không có bí quyết nào khác ngoại trừ tâm hồn mượt mà những cánh đồng xanh và đôi môi từng bầm vập những vết xước đời. Tôi đã chạy qua nghịch cảnh bằng tuổi thơ vừa cơ hàn vừa ốm đói. Nhưng tôi biết chấp nhận quà tặng cho đi hay lấy lại của đời sống. Trong đó, còn bao hàm hạnh phúc và luôn cả khổ đau.

Những giọt nước mắt rơi không thành lời. Những khúc tình đau rát mặt.

Khi tôi rời trường lớp để bước xuống cuộc đời, thì Má tôi là người dạy tôi biết can đảm để đón nhận. Thầy cô ở trường dạy tôi kiến thức cơ bản. Nhưng Má tôi cũng là người dạy tôi biết thêm một mặt khác của đời sống. Tôi sẽ kể ra chuyện này vào một dịp khác.

Có rất nhiều ngày thảnh thơi tôi ngồi uống cà phê trong một quán cà phê quen, trong thành phố tôi đang sống là Austin, Texas. Tôi định cư tại đây gần ba mươi năm. Nhiều buổi sáng cuối tuần tôi uống một mình và cũng có nhiều buổi sáng tôi ngồi với một người đàn bà vừa quen. Chiếc bàn hai chỗ ngồi lạnh căm khi mùa đông và mát mẻ vào mùa thu. Đôi khi cái nóng của mùa hè làm khô môi nàng hay mưa phùn có làm tóc nàng lướt thướt. Mọi thứ, có khả năng làm hạnh phúc và làm tròn trịa những tháng ngày định cư. Mọi thứ như đậm đà thêm ly cà phê không bỏ đường của hai chúng tôi. Lâu lâu có vài chiếc lá bay lạc xuống chỗ ngồi. Những chiếc lá tạo thành nỗi nhớ từ một cửa sổ phòng đêm gần năm mươi năm. Rụng xuống như bước chân những người đi qua đời nhau, đau điếng...

Austin 2013.

BIỂN CÓ BUỒN KHÔNG?

Tặng Khoan. Và những bạn bè, những ai quen biết
Phạm Thị Thanh Tiên

"Em trở về đúng nghĩa trái tim em
Là máu thịt, đời thường ai chẳng có
Vẫn ngừng đập lúc cuộc đời không còn nữa
Nhưng biết yêu anh cả khi chết đi rồi."
                                                    (Xuân Quỳnh)

1.

EM ĐÃ KHÉP TẤT CẢ NHỮNG KÝ ỨC CỦA NGÀY HÔM qua, để lui vào góc tĩnh lặng của đời. Em đặt chân về phía của mùa đông trong khi mùa thu vừa dịu dàng run rẩy. Và những nỗi nhớ về em, với tôi, đang toàn màu xám. Qua rồi những ngày tháng mà ai cũng tưởng là trái đất này sẽ tan vỡ vì một cuộc tình sầu. Em đã từng như vậy và khi người ta cứ ồn ào, em đã đi trốn con đường vui và những hàng cây xanh vẫn đợi.

Tôi dặn lòng là để quá khứ ngủ yên, nhưng mấy ai đủ thản nhiên khi đi ngang qua khu vườn cũ. Buổi sáng nay, có nắng hanh trước chỗ ngồi, nhưng dường như không đủ ấm một bàn tay. Và những trang sách đang chờ ai lật qua.

Những trang sách kể về một cô gái mười sáu tuổi đạp xe đi về con đường chạy ngang qua Dinh Ông Thượng. Biển xanh rờn như thuở em còn để tóc dài. Màu tóc tương phản với màu trắng của áo. Em cột một vạt vào phía sau *bọt-ba-ga* để khỏi vướng vào căm xe. Gió sáng kéo những cụm mây bay cao lên trời và kéo những tiếng sóng chìm vào tim. Em đi qua những đứa con trai đang ngồi trên bờ đê mà không nhìn lại.

Những tháng năm đó đối với em đẹp làm sao. Những tháng năm mà trái tim em chưa xé toang rào ngăn và mặc cho những ánh nhìn vội vã. Những lời tình có đắm say đến đâu cũng bị em bỏ lại sau vòng bánh xe.

Ngôi trường mà mỗi ngày em đến học có những cây điệp già hơn tuổi của em và bạn bè cộng lại. Mùa đông có những con sâu rớt lên trên vai áo làm em sợ hãi. Và mùa hè có tiếng ve.

Những năm ấy em đi giữa đường phố chắc nghe một tiếng lá rơi mà lòng chưa hề bối rối. Nghe tiếng giảng của Thầy Cô em vẫn chắt lọc vào trong tim từng quỹ tích, định đề. Những ngày vùi đầu với gạo bài, thi cử… Những cây sứ ra hoa trắng cả một vườn chiều.

Lớn chút nữa gần cuối năm Trung Học, mới nghe em nói có tình yêu. Nghe em nói biển đã bắt đầu hết bình yên và sóng đã đẩy những miếng hôn trôi xa bờ. Như mùa hè đầy tiếng ve ra ngoài cửa lớp. Như tiếng chuông rung giờ tan học làm những kỷ niệm xưa ùa về vô cớ… Từ đó, những cánh buồm ngoài kia hết còn non xanh mà trở nên bầm úa. Bờ cát từng chứng kiến hai bàn chân không giẫm lên đã hết mịn màng…

2.

CHO ĐẾN NGÀY VIỆT NAM CHỨNG KIẾN MỘT ĐỔI đời. Những tình yêu học trò đậm màu chia tay và nói lời chào. Những bước chân tan đàn xẻ nghé.

Em lấy chồng và theo chồng trôi giạt về Germany. Xa gia đình, dắt hai đứa con kéo hành trang đi trên mảnh đất xa lạ. Nghe tiếng nước ngoài giống như nghe tiếng chim, không quen như nghe tiếng Anh, như ngày học ở trường lớp.

Ai bảo với tôi rằng người đàn bà đi qua tuổi hoa niên hết còn ngây thơ như tuổi mới yêu người? Với em, trái lại—thanh xuân vẫn luôn hồng nơi đất nước tạm dung—như hoa tóc tiên mỗi ngày bò bên cửa sổ em ngồi. Thanh xuân luôn chờ em phía trước. Đôi khi những bài tình ca mang lời Việt, thoáng qua giữa phố phường Âu Châu vẫn làm em nhớ lại…

Là có một miền biển xanh và những đồi cát trắng mọc đầy phi lao. (Có hai ngọn núi quay nhìn về nhau như đôi tình nhân luôn hướng về nhau, mặc cho biển dâu dời đổi.)

Là những ngày cuối năm trường có tổ chức lễ Cây Mùa Xuân, trên bục gỗ tạm thời tượng trưng một sân khấu, những cô bạn học cùng lớp—hay dưới một lớp—

dạn dĩ bước lên hát những bài tình ca. Mỗi lời ca là mỗi khắc khoải. *"Con đường tình sử nằm đây, đèn khuya mắt đỏ… còn đầy nhớ thương… đường chẳng riêng hai chúng mình…"*

Thật sự có một con đường chẳng riêng hai đứa mình không? Chỉ mình em biết và một người nữa biết…?

Một lần trên *Facebook*, em dàn trải tâm sự một cô gái tha phương nhìn lui về quá khứ. Em có nhắc về quê nội, tận sâu thời em còn con nít. Là *Long Điền*. Những ngày giỗ Tết theo cha mẹ về thăm quê. Nghe tiếng gió thổi về mùi bánh tét bánh chưng. Những chiếc áo mới và những đồng bạc lì xì của Ông Bà Nội… Bài viết dài hơi và dù có pha chút dí dỏm như tánh tình em, nhưng cũng làm tôi buồn mất mấy ngày. Tôi cũng có một quê nội giống như em…

Ngôi làng đó cách xa gần hai mươi cây số.

Giữa những ruộng muối cò bay thẳng cánh cùng những cây đước, cây bần, chưa lúc nào tôi cảm giác được đời sống bình an đến vậy. Bình an đến nỗi, nếu phải chọn giữa biển, giữa thành phố có nhiều xe cộ cùng ánh đèn đủ màu, cùng cảnh vật quê mùa chơn chất bên ngoại, tôi sẽ không ngại ngại ngần chọn nơi đó. Vì tại đây, một thổ ngơi nhỏ nhoi nhưng pha trộn hai dòng nước. Nước mặn từ biển chảy qua và nước ngọt từ sông đổ vào. Và giữa hai dòng nước đó, có một dòng nước không mặn mà cũng không ngọt. Người ta gọi là nước lợ.

Cho đến giờ phút này, tôi không biết tôi trưởng thành có phải vì tắm đẫm thân thể mình mỗi ngày trên dòng nước không mặn và không ngọt đó? Cùng tuổi thơ từng trải nghiệm nắng gió suốt một mùa hè để biết thế nào là chân quê. Đủ để tôi yêu mến và chịu ảnh hưởng rất nhiều đến cái đất đai dung dưỡng tôi khôn lớn.

Đất đai cùng nơi chốn sinh ra tự nó thấm vào máu mủ và da thịt của một người. Và trong máu mủ thịt da ấy đã định hình một cõi viết...

(Bấy lâu nay sống nơi thị thành làm chúng ta quên tuổi thơ lấm bùn, giờ nghĩ lại mới thấy mình đáng thương.)

3.

CHỈ MÌNH EM SỐNG Ở ÂU CHÂU, TRONG KHI ĐẠI GIA đình em đều định cư ở Mỹ. Nghe nói em làm ở hãng DHL (viết tắt của Dalsey, Hillblom và Lynn), là công ty của Đức chuyên vận chuyển hàng hóa lớn có ảnh hưởng vươn tầm thế giới. Rồi những năm tháng về hưu, em dùng thời gian rảnh bay về California thăm Bà Má và mấy anh chị em.

Một lần nghe tiếng em trên *phone,* không biết qua bao nhiêu đường dài, qua bao nhiêu cây cầu và bao nhiêu biển lớn—giống như hãng vận chuyển của em—hỏi thăm tôi về tình trạng sức khỏe và gia đình. Em nói chắc sẽ có ngày em về gặp tôi. Tôi cứ tưởng đó là những lời xã giao và rồi quên luôn.

Đến một lần, tôi về cùng một vài bạn học thời Trung Học. Cả đám đàn ông già quy tụ tại nhà Khoan—một cựu học sinh. Đang mới có vài ly bia chúc mừng sức khỏe của nhau, chợt nghe tiếng chuông điện thoại. Chủ nhà bắt *phone* nghe một lúc rồi trở lại thông báo:

"Tụi bây còn nhớ Thanh Tiên không? Cô ấy từ Đức qua đây thăm tụi mình. Tụi bây chuẩn bị tinh thần nhe..." Khoan nói.

"Ai biết nhà mày mà chở Thanh Tiên đến đây hay vậy?" Một người hỏi.

"Như Huỳnh... Hai người sắp đến đây trong vài phút nữa."

Cả đám không ai bảo ai sửa lại dáng ngồi và chỉnh trang lại mặt mũi, làm như nhờ đó mà xua đi những vết chân chim nơi khóe mắt, những đường ngang ngõ rãnh trên những khuôn mặt đang già háp thất thần. Dù gì cũng phải chỉnh đốn để đón tiếp người đẹp phương xa mà.

Và chỉ một lúc sau có tiếng bấm chuông. Khoan ra mở cửa. Hai cái bóng ùa vào như hai luồng gió ấm thổi tạt qua mùa đông.

(Như Huỳnh thì tôi gặp thường, vì cùng địa phương, còn Thanh Tiên thì lần đầu tiên, sau gần bốn mươi năm mới thấy lại.)

Sau vài phút chào hỏi bỡ ngỡ mà người bỡ ngỡ nhứt chắc chắn là chủ nhà. Chưa kịp yên vị, Thanh Tiên kéo tôi ra ngoài, nói nhỏ:

"Anh có thuốc lá cho em một điếu. Từ phi trường Như Huỳnh chở về thẳng đây, không kịp mua..."

Chắc Thanh Tiên tưởng tôi viết văn nên luôn cần đến đến điếu thuốc. Tôi cười:
"Anh không hút thuốc. Để kêu Túy Hà ra đây."
Tôi ngoắc Túy Hà ra vì biết Túy Hà hút thuốc mỗi ngày:
"Có thuốc bạn đưa Thanh Tiên một điếu, gọi là mừng gặp mặt đi…"

4.

MƯỜI SÁU, MƯỜI BẢY TUỔI THANH TIÊN MẮT SÁNG môi hồng. Em là người yêu bé nhỏ của ai hồi đó—không có tôi—rồi tôi vào đời, đi lính trong khi em đang là mùa của tiếng chim reo. Giờ em trở về thăm lại bạn xưa, trên đất nước quê người, như trở về thăm lại trường lớp.

Những bạn bè còn đó, đang trụ lại như những cây điệp già trong sân. Tất cả đều phơi bày ra, không ai cất giấu những dấu yêu thương nhớ, ngoại trừ những rưng rưng trong lòng.

Biết bao vấn vương thời đi học, bao rung động đầu đời. Bao môi cười, mắt khóc mà không dám gửi trao… Hãy lắng lòng nghe buồn bã trôi đi, để hiểu vì sao cuộc đời như phù du mây trời.

Lần gặp thứ hai với Thanh Tiên, lâu hơn và địa điểm là quận Cam.

Đó là ngày 28 Tháng Bảy năm 2014. Hình như là vài ngày sau dịp đại hội Trung Học tại hải ngoại. Tôi và

Khoan cũng về từ Texas. Hôm đó có thêm Huỳnh Quốc Hải ở Atlanta.

Buổi sáng Chúa Nhật chúng tôi hẹn nhau ăn sáng ở quán Triều Châu. Trong bữa ăn có vài người trong gia đình của Thanh Tiên—có bà chị lớn của Thanh Tiên là Thanh Nguyên học chung lớp với Chị Ba tôi. Chị đến từ Oklahoma. Có Thanh Trúc, em gái út—và có cả Lê Thanh Bình (con trai lớn của tiệm tạp hóa Thanh Bình.) Có thêm anh Trần Đắc Mỹ (con trai của cơ sở sản xuất mắm ruốc Bà Giáo Thảo.)

Sau bữa ăn sáng, Khoan đưa chúng tôi đi vòng quanh một vài con đường gần quận Cam bằng chiếc xe thuê ở phi trường. Sáng mai mọi người mạnh ai nấy sẽ lên phi cơ để trở về nơi xuất phát…

Lái xe gần một giờ đồng hồ, Trần Đắc Mỹ đề nghị — hãy về nhà anh nghỉ ngơi, thay vì chạy mãi ngoài đường. Chúng tôi đồng ý và Khoan quay xe về nhà anh Mỹ.

Sau vườn, đang mùa hè và những cây lựu đang ra hoa. Những trái cam vàng ươm và cây ổi, cây xoài sai trái. Mái hiên rộng đủ cho mấy người ngồi, và một chiếc võng đang nghe ngóng gió mùa. Thanh Tiên chiếm cứ chiếc võng và chúng tôi lại gầy độ lai rai với chai rượu từ tủ rượu của chủ nhà.

Mọi câu chuyện mở ra cùng với những quá khứ ùa về. Không ai còn trẻ để cho phép lòng mình nông nổi, nhưng sao cứ thèm trở lại ngày thơ. Chúng tôi cụng ly và dùng chất cay để cười cợt kiếp người.

Nắng chiều California không chói chan, nhưng đủ để làm khô những vết thương xưa còn nguyên vẹn hình hài. Khoan ngồi trầm ngâm nơi ghế dựa. Mắt mơ màng nhìn lui về hướng Thanh Tiên ngồi. Không biết bạn tôi đang nghĩ gì? Muốn nói ba tiếng *"cố nhân à"* mà sợ làm đau trái tim, nhiều lắm…

5.

NHIỀU NĂM SAU ĐÓ TÔI VÀ THANH TIÊN BẶT TIN và ít trao đổi với nhau trên *Facebook*. Có một lý do mà tôi không ngại ngần viết ra đây.

Cô gái can trường từng xin tôi một điếu thuốc khi mới tái ngộ lần đầu nhưng không can trường nặng lời với tôi.

Những năm 2016, 2017, chính trường Mỹ từ sau ngày Ông Trump đắc cử Tổng Thống, đã phân hóa thành hai thái cực. Một bênh ông và một bên chống.

Nước Đức của Bà Thủ Tướng Merkel từng có những phụ nữ yêu mến và sùng bái bà, coi bà như thần tượng, trong đó có hai người bạn mà tôi từng yêu mến là Thanh Tiên và Võ Thị Tường Vi. Cả hai đều viết văn và luôn dàn trải lòng mình với những lời văn trong sáng. Cả hai chắc không thích nghe ai đó nói xấu và bày tỏ sự không thiện cảm với người cầm đầu chính phủ của mình. Trong khi Ông Trump đang như vậy. Và tôi là người đứng về phía ông.

Mới đầu tôi chưa biết Thanh Tiên giận tôi, cho đến khi tôi đọc trên *Facebook* một vài suy nghĩ của em. Tôi bắt đầu ngỡ ngàng.

Những điều vô lý luôn hiện diện đúng vào những thời điểm không ngờ nhất nhưng cũng đủ làm ray rứt nhiều tháng năm.

Cô bạn gái từng không bị tổn thương và không từng ngã với đời, một sáng nào đã quay lưng với tôi. Dù trước đó em đã viết cho tôi những lời có cánh để tôi đưa vào tập truyện mới in. Tôi đã gửi về địa chỉ ở Đức tác phẩm của tôi, cho em và không nghe được một hồi đáp. Lúc đó là những ngày trong mùa dịch. Cơn cúm quái quỉ làm cô lập con người không dám gần với nhau, và cô lập luôn những tình cảm.

Mùa thu sẽ về nay mai. Mùa thu đang chạm khẽ chiếc lá vàng bối rối.

Chiếc lá đó vừa rụng hôm qua, giống như ai đó chạm khẽ vào dòng đời rất vội.

Trong khi vài người bạn đã lên tiếng về cái chết của em và viết lời chia buồn, tôi vẫn chưa thể nói được với em lời gì để từ biệt. Tôi vừa ngơ ngác vừa đau lòng để nhiều ngày qua, ngồi trước bàn phím, tôi vẫn chưa tìm kiếm cho mình cảm giác đau buốt để viết xuống. Những gì chúng ta đã không thể nói ra được, thì sự nằm xuống của em đã thay em nói ra rồi. Còn tôi?

Cô gái măng non mười sáu, mười bảy tuổi ngày nào đang tồn tại trong tôi một hoài niệm. Tôi thấy tôi trở lại con đường cũ của em—con đường Quang Trung chạy qua khách sạn Thọ Nguyệt—qua những bờ đê lâu đời nhìn ra mặt biển, để trở về Dinh Ông Thượng. Nơi buổi sáng em từ nơi đó đạp xe đến trường. Chiếc xe đạp chở trên lưng nó tấm lòng thiếu nữ, như mùa thu chở trên lưng em những dịu mát xuân thì.

    Tôi là kẻ nhà quê quên quá nửa cuộc đời. Dòng nước lợ đã chảy tràn trong tôi qua cách viết và cách suy nghĩ. Muốn một lần trở về ngồi lại đất đai xưa, nghe tiếng gió làm *"nư"* thổi qua chiều cổ tích…

    Biển có buồn không? Buồn chứ…

Ngày đầu thu, Tháng Chín, 23, 2023

THÁNG GIÊNG... CỎ NON

1.

NHỮNG TRÁI BÍ VÀNG CHÓI ĐANG ĐƯỢC PHƠI BÀY trên các cửa tiệm, nhắc cho mọi người nhớ đến ngày Halloween. Ma quỷ rủ nhau xuống đường đêm Tháng Mười, trong khi những mụ phù thủy ngồi trên các cây chổi bay ngang mái nhà.

Ngày mới định cư, một đêm tôi ngạc nhiên nghe trẻ con gõ cửa nhà tôi xin kẹo. Ra cửa thấy một đám con nít đủ hạng tuổi đang đứng với chiếc giỏ trong tay. Bọn chúng vẽ mặt hoặc hóa trang thành những nhân vật kinh khiếp làm sợ hãi những ai yếu bóng vía. Nhưng đằng sau những hình ảnh đó, vẫn là những dáng dấp hồn nhiên. Chúng tạm thời dấu tuổi thơ sau lưng như người lớn dấu nỗi đau đã thấm vào lòng, để bay lạc vào những giấc mơ mang những màu hoa và những sắc cầu rực rỡ... những khu vườn đầy bánh kẹo...

Hạnh phúc cho những ai còn giữ trong lòng một quá khứ, từ một mắt nhìn và biết dỗ dành mình học biết cách mỉm cười. Tôi đứng lại và nhìn lui, nhớ cái ôm từ phía sau và thương một bờ vai rạc gầy, đến nghẹn.

Có những ngày lòng chưa hết bâng khuâng. Có những cơn mưa giữ chân người về chậm.

Chậm, vì nhớ một người nằm xuống Tháng Giêng mà Tháng Mười mới viết được. Tiếng gió dường như cũng a tòng cùng tôi thổi về những lời kể lể, rằng cách đây nhiều chục năm trên bầu trời Văn Học Việt Nam có một vì sao đã từng lấp lánh…

Vì sao, có tên là Mai Thảo, đã không còn. Đầu Tháng Giêng năm 1998 vừa qua, đánh dấu hai mươi lăm năm ngày ông mất.

Tác giả *"Tháng Giêng Cỏ Non"* từ những trang viết đầu tay đã tự tạo cho mình một chỗ đứng. Và kể từ sau cái *"Đêm Giã Từ Hà Nội"* người đọc Sài Gòn cảm nhận sự cuốn hút lạ kỳ trong ngòi viết của ông. Ông để chữ nghĩa tuôn chảy mỗi ngày như cơn mưa thấm sâu vùng đất thấp để làm nảy hạt mầm. Như ước vọng làm cỏ xanh tẩm mùi gió sớm. Mãi đến khi nằm xuống, vẫn thấy ông luôn bền bỉ và lạc quan với văn chương trộn lẫn cuộc đời, như một người đi qua bóng đêm, ngồi lại giữa cánh đồng, thương gió.

Ngòi viết của ông luôn tài hoa. Và tình yêu cũng nhờ đó hào hoa định hình qua những nhân vật…

Đương thời ông sở hữu nhiều danh vọng cùng sự ngưỡng mộ từ mọi tầng lớp độc giả nhưng hình như vẫn không có gì nhiều—trong thời gian cuối đời—ngoài muôn vàn kính trọng mà người đọc dành cho ông. Một tình yêu hay một nhan sắc không thể không có nơi một người viết văn—nhưng trái lại đã không từng có—nơi căn phòng của tầng hai nhìn xuống nhà hàng Song Long. Căn phòng nhỏ, đến độ không thể nào nhỏ hơn, như mọi căn phòng chung cư nào ở Westminster. Ông vừa dùng làm chỗ nghỉ, vừa dùng làm tòa soạn báo Văn. Nơi đó đủ để ông tiếp khách phương xa, và đủ thù tạc bạn bè ở gần. Nơi trà trộn những buồn vui phận người—những thảo nguyên cỏ xanh suốt đời kiêu hãnh.

Ban ngày ông ít khi ra ngoài vì không có phương tiện đi lại. (Những lúc đi đem báo đến nhà in để in, ông dùng xe buýt của thành phố.)

Đôi lúc trong đêm, ông thấy mình là chiếc bóng tự trèo lên từng bậc thang sau một cơn ngầy ngật trở về… Những cơn say như những vầng trăng mơn trớn ủ qua ngực áo và mùa màng sau lưng. Những hồi ức và những chuyện kể về tình yêu không có đoạn kết. Không có lời mở đầu và chẳng biết đến từ đâu. Ngần đó đủ để ông ngồi xuống bàn viết. Hình như mọi thứ đều có khả năng làm vụn vỡ và nảy nở thêm nỗi buồn?

Chỗ ngồi quen thuộc từng buổi sáng của ông là chiếc bàn có phủ *drap* trắng trong nhà hàng. Chiếc bàn sát quầy tính tiền có cô thu ngân luôn mỉm cười. Ông nhìn ra nắng lóe bên ngoài. Những chiếc xe của thực khách đậu kín lòng *parking*. Những dây leo có hoa xòe như chùm cẩm chướng bò lên khung tường và con đường dẫn vào tiệm tạp hóa nhỏ như chiếc hộp mùa thu. Món ăn quen không ngoài ly cà phê và một bánh *pâté chaud* lúc nào cũng nóng. Đôi khi một tô phở đặc biệt có đủ hành ngò nước béo. Rồi sau đó ông bước ra ngoài hút thuốc. Thành phố đó có ông nên không thể chìm vào đêm sâu vì hào quang ông lớn quá. Đêm như để cộng lại cho chữ nghĩa chớ không để trừ ra. Đêm có ông đằng sau cánh cửa, một mình. Nhưng những trang viết vẫn đằm thắm mãnh liệt. Trong Mục Sổ Tay sau này, mỗi kỳ báo— với tôi—là những trang hay nhứt. Nó đẩy tài hoa của ông bay lên khỏi đời thường đơn điệu mà, trong đó tình yêu trở thành một triết lý cao nhứt… Những chuyến đi ra khỏi thành phố, qua những đại dương, những đất đai, với cách nhìn của ông, luôn óng chuốt màu sắc, từ những cảnh thật, người thật—cho dù trừu tượng hay tả chân—giữa hai hàng chữ kia đã định hình một nhân cách lớn. Suốt những năm tháng tận tụy làm báo ở hải ngoại, người đọc không thấy ông dùng ngòi viết của mình chê bai một cây viết nào, dù cùng thời với ông hay sinh sau đẻ muộn…

2.

LẦN ĐẦU TÔI VỀ CALIFORNIA GẶP MAI THẢO ĐỂ nhờ ông đề giúp lời tựa cho tác phẩm *"Hoa Bluebonnets Cho Hai Người"*. Đó là năm 1993. Thấy ông già nua và phong thái bớt đường bệ như ngày nào. Sau khi vượt biên bằng đường biển và định cư tại Hoa Kỳ, mới đầu, ông qua Seattle, thuộc tiểu bang Washington State—sống với vợ chồng nhà văn Thanh Nam–Túy Hồng, đang làm tờ Đất Mới. Khi Thanh Nam chết, ông về quận Cam tục bản lại tạp chí Văn.

Từ chuyện chọn bài vở, viết mục Sổ Tay, đến chuyện đem báo đến nhà in để in, chuyện viết thư trả lời bạn đọc, chuyện gửi báo biếu cho thân hữu cộng tác, ông đều làm một mình.

Lọt vào mắt tôi trong chừng ấy không gian đang ồn ào một cõi viết—là chiếc ghế duy nhứt ông dành riêng cho khách ngồi—còn ông ngồi trên giường. Một góc khác, vừa khít khao đủ chỗ cho một tủ lạnh nhỏ chứa vài chai rượu và sách báo muốn tràn ra khỏi bốn vách tường. Nơi chiếc bàn dùng để viết mỗi ngày có đặt bức ảnh của Kiều Chinh.

Chúng tôi nói chuyện. Vẫn những chuyện mưa bão, chuyện văn chương trong nước và ngoài nước. Chuyện những người viết văn và làm thơ đương thời. Ông rót rượu mời tôi, nhưng tôi quen uống bia không uống được rượu nên từ chối. Ông uống một mình. Khề khà, chậm rãi. Buổi chiều xuống ngoài thềm chung cư.

Tiếng những bước chân khẽ khàng lên xuống cầu thang và tiếng nói chuyện dưới hành lang vọng lên. Mới nghe, tưởng chừng tiếng gió vô tư đang vui đùa hối hả. Mọi thứ đều mang một vẻ bình thản và một màu đời mới tinh khôi.

Cây trúc đào có màu hồng phấn đang vươn cành nhánh lên tận cửa phòng, chỗ chúng tôi ngồi. Màu hoa thắm thiết muôn đời. Chỉ có con người là tàn phai theo dâu bể. Tôi nhìn gương mặt ông. Già nua hơn tôi hình dung. Lâu lâu tôi nghe ông văng tục cuộc đời. Ông gọi *phone* tìm Du Tử Lê và Khánh Trường, kêu họ đến chở ông và tôi đi uống rượu. Cả Du Tử Lê cùng Khánh

Trường bận chuyện gì đó không đến được. Một lúc sau thấy Phan Tấn Hải đến. (Phan Tấn Hải sau này viết xã luận cho Việt Báo, với bút danh là Trần Khải).

Và chúng tôi ra đường đi uống rượu lúc đêm tối—giống như đêm của Sài Gòn ngày xưa xuống đường không sợ giờ giới nghiêm.

Dọc đường, Mai Thảo kêu Phan Tấn Hải dừng xe lại trước một tiệm rượu, bảo chúng tôi ngồi trong xe chờ. Ông vào và trở ra với chai rượu cầm tay. Sau đó đến quán ăn.

Tôi không nhớ tên quán chúng tôi ghé vào vì Phan Tấn Hải lái vòng vo, trong khi tôi mới ghé qua California lần đầu. Chỉ biết quán có treo mấy bức tranh của Khánh Trường trên tường. Mai Thảo nói đó là tranh do Khánh Trường vẽ để trừ nợ cho chủ quán. Màu sắc nóng hổi, dữ dội, không thích hợp với không khí của một tiệm ăn. Mai Thảo nói:

"Tôi muốn giới thiệu cậu với Khánh Trường, để mai này hắn vẽ cho cậu cái bìa."

Mai Thảo không ăn nhiều. Hình như ông chỉ gắp một lần lúc đầu bữa ăn. Thời gian còn lại chỉ uống. Phan Tấn Hải và tôi chịu thua, vừa ăn vừa nhìn ông rót ly này đến ly khác.

Khi đêm đã khuya chúng tôi rời quán. Tôi định trả tiền nhưng ông không cho. Ông nói với Phan Tấn Hải:

"Cái thằng này nhà quê bỏ mẹ. Sao nó lại giành trả tiền?"

Ra ngoài sân tiệm ăn, tôi thấy ông đứng yên chưa chịu lên xe. Dáng đứng chênh vênh và thân hình gầy gò.

phạm ngũ yên | 99

Chiếc áo len màu xanh dương đậm sát nách có hai túi. Ông thọc hai tay vào đó và trầm ngâm. Chiếc bóng ngã sõng sượt trên bờ thềm nhễ nhại những vũng tối, như vũng lầy của cuộc đời. Người đàn ông đã từng thao túng chữ nghĩa một thời đang thấm mệt rồi sao? Người đàn ông đã gầy dựng tiếng tăm từ sau một *"Đêm Giã Từ Hà Nội,"* từ một *"Tháng Giêng Cỏ Non,"* đang đi qua những bóng xế, chân mỏi mòn giẫm lên những nhọn hoắc chông đời?

Dù sao, tôi không nghĩ đó là lần gặp ông sau cùng.

3.

KHI ÔNG CHẾT TÔI HAY TIN. MỘT HAI LẦN XE CỨU thương đưa ông vào bệnh viện rồi đưa về.

Những trang Sổ Tay cuối cùng chập chờn những chuyện tử sinh, đi ở. Tôi đọc từ đó, không thấy sự sợ hãi và bất an. Mà thấy ông vẫn bình thản coi sự sống chết như một chuyện đùa. Những trang văn lai láng những giọt rượu từ một bàn viết cô độc, nhìn xuống khu Bolsa. Gió theo đêm về gõ cửa căn phòng bộn bề sách vở và người đàn ông sống trọn đời cho văn học đã thao thức, nhỏ máu từ trái tim mình tràn xuống chữ nghĩa. Tâm hồn ông luôn trang trọng với những điều cho đi không màng lấy lại giữa cuộc đời, giống như những nét chữ trang trọng ghi xuống ngoài phong bì cho những bạn văn. Không dời đổi.

Những người đàn bà đẹp đi qua đời ông, sừng sững có mặt trong suốt mấy mươi tác phẩm để lại. Những người đàn bà đẹp và từng nổi tiếng một thời, trong đó hình như có vũ nữ Cẩm Nhung(?)

Những số báo Văn cuối thất thường và rời rạc. Ông sống một mình nhưng lúc chết có nhiều người tiễn đưa. Đám tang của ông rất đông người từ phương xa về tham dự. Ông được chôn ở nghĩa trang quen thuộc mà dân chúng Bolsa thường ghé lại là Peek Family Funeral Home, số 7801 đường Bolsa Ave, Westminster, California. Có hoa tươi đặt trên mộ bia mỗi tuần. Những đóa hoa thân tình của gia đình và luôn cả những đóa hoa trang trọng của người không quen biết, chưa gặp ông lần nào. Người ta đọc thấy trên mộ bia của ông, hướng lên trời, có khắc bốn câu thơ trích từ tập thơ do chính ông làm khi còn sống:

"Thế giới có triệu điều không hiểu
Càng hiểu không ra lúc cuối đời
Chẳng sao khi đã nằm trong đất
Đọc ở sao trời sẽ hiểu thôi."

4.

MAI THẢO TÊN THẬT LÀ NGUYỄN ĐĂNG QUÝ. ÔNG là cháu, gọi Giáo sư Nguyễn Đăng Thục bằng cậu. Ông sinh ngày 6 tháng 8 năm 1927, tại Nam Định, Việt Nam. Mất ngày 10 tháng 1 năm 1998, tại Orange County, Hoa Kỳ.

Cả hai lần di cư quan trọng xảy ra trong một cuộc đời. Một lần năm 1954, từ Hà Nội vào Sài Gòn. Lần thứ hai từ Sài Gòn đến Mỹ. Ông đặt chân đến California năm 1978, và sống ung dung một đời nghệ sĩ—hai mươi năm—cho đến khi nằm xuống.

Từ năm 1956 đến 1973 ông chủ trương tờ Sáng Tạo, một trong những tờ báo văn học giá trị của Việt Nam Cộng Hòa, mở đầu cho phong cách sáng tác mới. Những người viết chung với ông trong Sáng Tạo gồm có: Quách Thoại, Thanh Tâm Tuyền, Vũ Khắc Khoan, Sao Trên Rừng, Viên Linh, Tô Thùy Yên, Trần Lê Nguyễn, Nguyễn Huy Oanh, Nguyễn Văn Trung, Thạch Chương...

Sau khi Sáng Tạo hết vốn và tự đình bản, năm 1973 ông trông coi tờ Văn, trước đó do Trần Phong Giao và Nguyễn Xuân Hoàng thay nhau điều hành. Sang Mỹ, ông tiếp tục tái bản tờ Văn ngay khi vừa chân ướt chân ráo đặt chân đến thành phố tị nạn của người Việt.

Mai Thảo có trên ba mươi tác phẩm, vừa tùy bút, truyện ngắn, truyện dài. Tác phẩm đầu tiên là một tùy bút—*Đêm Giã Từ Hà Nội*—và tác phẩm cuối cùng là một tập thơ—*Ta Thấy Hình Ta Những Miếu Đền*. Những tác phẩm khác, phải kể đến, là: *Tháng Giêng Cỏ Non, Bản Chúc Thư Trên Ngọn Đỉnh Trời, Mái Tóc Dĩ Vãng, Khi Mùa Mưa Tới, Bầy Thỏ Ngày Sinh Nhật, Viên Đạn Đồng Chữ Nổi, Đêm Lạc Đường, Cùng Đi Một Đường, Lối Đi Dưới Lá, Tới Một Tuổi Nào, Sống Chỉ Một Lần, Để Tưởng Nhớ Một Mùi Hương, Những Người Tình Tuổi Song Ngư, Đi Giữa Giờ Giới Nghiêm...*

Trong một lần được phỏng vấn bởi một tạp chí ngoại quốc—tôi không nhớ tên tạp chí—đọc thấy ông muốn trở thành một tiểu thuyết gia—muốn độc giả gọi ông là Tiểu thuyết gia—thay vì là một nhà văn.

Những năm cuối đời, tác phẩm cuối *cùng "Ta Thấy Hình Ta Những Miếu Đền"* gây cho người đọc những tranh cãi cùng những ngộ nhận. Một số người nói ông cuồng ngạo. Nhưng trên hết, Ông vẫn là Ông và những dòng văn trên từng trang giấy được nắn nót viết tay vẫn lóng lánh vàng ròng. Ông trang trọng và nâng niu chữ nghĩa như nâng niu một người tình. Suốt đời ông vẫn là một người cô đơn, độc hành đi qua những tinh cầu để tìm một mảnh đất tình yêu cũng cô đơn không kém...

5.

NHƯNG THÁNG NÀY SẼ KHÔNG NẰM YÊN VÀ BỊ xúc động bởi sự nằm xuống của một nhà văn khác. Đó là nhà văn nữ Ái Khanh.

Cơn bão đã thôi không còn quấy nhiễu vùng Texas của chúng tôi. Tôi đi qua những con đường chớm thu vùng South West để về Austin. Dưới chân cầu bắt ngang khúc sông Colorado đã có thời những cụm hoa vàng nở rực làm say đắm khách đường dài. Những đời xe đi qua còn để lại dấu vết như tình yêu để lại trên quá khứ nhiệm mầu. Khi bạn tôi từ Florida về thăm chúng tôi, trong một lần gặp riêng anh nói với tôi về căn bệnh của Ái Khanh. Và khuyên tôi nên *e mail* để thăm hỏi sức khỏe chị. Tôi hứa sẽ tìm cho được *e mail* để viết thư, nhưng chưa kịp viết thì chị đã buông chữ nghĩa để ra đi.

Người phụ nữ tác giả của một vài đầu sách đã nằm xuống theo lời mời gọi của Thần Chết. Tôi viết về chị, trên chiếc bàn quen thuộc nơi quán cà phê quen thuộc thay cho lời cáo lỗi muộn màng. Buổi sáng mùa thu no đầy những cơn gió làm lạnh chỗ ai ngồi. Những phấn hoa ngoài kia bay mênh mang trên bờ cỏ mộng mị. Và vạt áo không đủ ấm trên thân người đàn bà đối diện.

Mọi điều, có vẻ như không muốn bận lòng đến sự tan tác chia phôi. Mọi điều có vẻ như không cần thiết cho cuộc tử sinh, còn mất. Nhưng không phải vì vậy mà chúng ta không thể nói thêm về một chiếc lá vàng vừa rười rượi một vầng trăng?

Những rừng xưa phong kín khi sự im lặng đáng sợ mỗi ngày hiện ra. Có cơn bão nào vừa đi qua vùng Lake Ivanhoe, Florida. Có một nhà văn tuyệt vọng vì chữ nghĩa giờ chót không nói lên thành lời, vì những trang bản thảo mượt mà đang bị vết dao đời cứa nát. Có một người đàn bà úp mặt vào tay giấu nỗi đau khi những vệt son đã không còn gắn bó trên môi và màu phấn cũng thôi hồng hào trên má. Người đàn bà mang một bút danh *"nũng nịu"*, nghe giống như lời kêu gọi của một đấng quân vương gọi cho người sủng ái.

Suốt đời Ái Khanh mầy mò viết về chuyện tình yêu. Vậy còn những tình yêu đã từng rung qua tuổi thơ của chị thì sao? Những tiếng chim hót rụng vào tim và những bình minh chưa kịp tới ngoài kia? Hình như đó mới giống như Tình Yêu chứ chưa phải là Tình Yêu?

Những trang văn chị viết còn nguyên vẹn nỗi khao khát. Đời sống chưa kịp rót hết mật ngọt vào tim đã bị nắng chói chan làm khô nhựa. Năm tháng dù dài và dù khó hiểu, nhưng cuối cùng thì chị cũng đã đi đến đích. Chị vượt lên trước chúng tôi, với nụ cười bao dung. Như một khách nhàn du tìm thấy một khung cửa nhìn ra hoa cỏ mênh mông bên ngoài...

Những tin tức trên các báo chí cho biết mùa đông năm nay sẽ lạnh hơn mọi năm. Nghe nói có vài tảng băng có chu vi rộng bằng thành phố Manhattan, Nữu Ước, đang tách rời vùng cực bắc của địa cầu, để trôi về đâu không biết. Những thời tiết mưa nắng thất thường giống như tính tình thất thường của những người đàn bà đẹp. Không ai biết để đối phó cũng như không thể hóa giải. Đối với những điều đó, con người chỉ có thể chờ đợi và chịu đựng.

Mùa đông này, tại Florida, sẽ có một căn phòng quạnh hiu tiếng cười. Một người đàn ông đi ra đi vào một mình, cùng những đứa con nhẹ nhàng đi ngang qua di ảnh của mẹ chúng. Chúng soi bóng mình trong gương vào mỗi buổi sáng và cảm thấy thiếu một hình bóng. Và cảm thấy hụt hẫng. Nghe vô cùng mênh mông...

Khi trận gió đêm thổi qua tiền phòng của một nhà hàng sang trọng tại Orlando—cách đây nhiều năm—tôi đã hơi la đà chút đỉnh. Ngày đó tôi về tham dự buổi sinh hoạt gì đó quên mất tên. Những khách phương xa có vợ chồng nhà văn Thu Nga. Có tôi và Yên Sơn. Về phía chủ nhà có vợ chồng nhà thơ Bùi Trần Tuấn. Có nhà văn Đào

Quang Vinh. Có Võ Như Lăng, dân Huế chính cống. Có vợ chồng Châu Đình An của *"Đêm Chôn Dầu Vượt Biển."*

Anh chị Đỗ Xuân Hùng–Ái Khanh ngồi tận phía trong. Tôi vẫn nhận ra vẻ mừng rỡ trong mắt chị khi tôi đến bắt tay. Chị khiêm tốn nhưng duyên dáng bên đấng phu quân hiền lành...

Bây giờ viết lại điều này, tôi muốn chạm chân trên thềm cửa ngày xưa. Thời mà những đóa hoa chưa bị gió trút cạn trên sân thềm. Thời của những nỗi buồn giong ruổi trong giấc mơ, những ngón chân son chưa xước trầy lận đận.

Những cuộc gặp gỡ tình cờ nhưng hối hả niềm vui. Có những nụ cười ngắn ngủi trong một giây phút nào đó, nhưng sẽ cháy mãi sau lưng, từ một góc đường quen vội vã.

Những năm đất sẽ được ném xuống cùng với những đóa hoa, Chúa Nhật ngày 19 tháng 10 năm 2008. Nơi nghĩa trang có tên Baldwin Fairchild vùng Lake Ivanhoe. Nếu chết, có nghĩa là chuyển đổi từ một sân ga này sang một sân ga khác, thì Ái Khanh đang vừa bước xuống khung tàu này để chuẩn bị trèo lên một khung tàu mới. Mỗi sáng sớm chị vẫn nghe lại tiếng cười quen thuộc và những thân thiết bốn bề. Nếu nơi chốn của chị đang trẻ trung và đang ràn rụa hạnh phúc—thì nơi chốn đó sẽ không phải là chấm dứt mà chỉ là mới bắt đầu.

Năm tháng dù dài dù cuộc đời luôn là những cơn giông chưa hề đứng lại, thì dưới lòng đất khô kia vẫn nóng hồi trái tim. Vài chiếc lá vàng chợt run rẩy trên mui xe của ai đang chờ lăn bánh. Tiếng máy nổ thầm thì như một lời cầu xin gửi vào Thượng Đế...

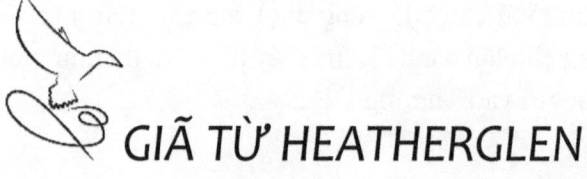
GIÃ TỪ HEATHERGLEN

1996—2020. Hai mươi bốn năm qua nhanh không ngờ. Gần một phần tư thế kỷ vui buồn cùng căn nhà, khoảng sân nghiêng và một thùng thơ lúc nào cũng đầy tràn. Bảng tên đường ban đầu khó đọc, khó viết. Giờ vừa thấy quen thì đã xa.

1.

CÓ MỘT NGÀY CẢM THẤY LÒNG BUỒN MÊNH MÔNG và trống trải. Thôi không viết và thôi không làm thơ. Có một ngày muốn ngồi xuống nghe mưa thầm thì nơi căn nhà đang có triệu chứng già nua. Một mái hiên không che hết tia nắng mặt trời. Cơn gió lạ thổi đi cái buồn lây lất ngoài sân.

Một ngày như vậy sáng nay, trái tim nghe yếu ớt vô cùng.

Tôi giả vờ mạnh mẽ để không nhìn lui một góc đường từng ghi xuống bao ký ức. Đằng sau thùng thư chung là một mờ mịt sương mù.

Hai mươi mấy năm, dù không nhiều, cũng thấy mình là một phần của nơi chốn—mà từng ngày chứng kiến những tiếng gió bạc lòng, những tin yêu mỏi mệt.

Vọng đâu đây, tiếng mưa như một lời giận dỗi. Mới ngày nào trên vai còn nghe mới cuộc tình buồn giờ đã thấy cũ rồi sao?

Nơi căn nhà này, tôi để cho ngòi viết đâm hoa kết trái. Những nụ hoa như tiếng lòng và trái đang ngày đủ chín. Tất cả như một cầu chứng với đời. Những ngày vui hoặc chưa vui, rồi nỗi buồn ập đến. Giống như những chiếc lá từ muôn hướng bay về hội tụ. Đủ gom đầy một cái tên.

Nơi căn nhà này, những người đàn bà đi bên đời hay đứng sau lưng—cười nói ngọt ngào hay nói ra những lời dao nhọn—những giọt lệ đầy vơi chờ tay người lau vội. Nhờ vậy, mà *"Thư Viết Từ Đường Heatherglen"* ra đời.

Nếu cuộc đời có lấy của tôi tất cả, thì những gì còn lại, vẫn là những gì được viết xuống từ màu đèn đường khuya hay sân vườn nắng sớm. Từ đó, tình yêu vẫn chạm mặt với cô đơn. Với mộng ngày đã vỡ.

Nơi căn nhà này, tờ báo địa phương do tôi làm chủ bút sống thọ được ba năm—35 số báo—bình yên cũng từ đây và giông bão cũng từ đây. Tình bạn và tình thù rực nắng. Những lòng người khiếm khuyết niềm tin và *"thế nhân mắt trắng như ngân nhũ"* [2]

---

[2] *Thơ* Nguyễn Bính

Nhưng thành phố vẫn đẹp và trong lòng tôi vẫn đầy tràn giấc mơ cùng trái tim hơn một lần run rẩy.

Cũng nơi đây, bốn đứa con tinh thần được sinh ra. Có đứa thơ ngây có đứa từng trải hiểu đời. Có đứa đi qua biển dâu. Có đứa ngồi lại bóng đêm học biết câu gừng cay muối mặn.

Những tình yêu nhuộm lời trách móc cùng những cơn mưa chưa từng ướt đời mình. Rồi những bình yên tạm bợ. Tôi tự hỏi có lẽ nào đó là những hạnh phúc được viết xuống từ một người đàn ông già, để tự dối lừa, vì chúng chưa từng tồn tại?

2.

MỚI ĐÓ ĐÃ HAI MƯƠI BỐN NĂM, KỂ TỪ NGÀY TÔI dọn về đây, mùa hè đầy tiếng ve trên các nhánh sồi non. Mỗi ngày đưa vợ đi làm qua những triền cỏ xanh khắc khoải. Cuối tuần tìm ra quán cà phê ngồi nghe nỗi đau va vào tim và nhìn đâu cũng thấy buồn, thấy hối tiếc những gì chưa kịp đủ.

Rồi những cơn gió làm vàng mùa thu. Tháng Mười năm 1998 tôi hay tin Má tôi mất ở Việt Nam. Cuộn băng *video* gởi đi từ Vũng Tàu ghi lại hình ảnh đám tang. Tôi ngồi xem suốt đêm không nghĩ mình dư thừa nước mắt. Sau đó một năm, vợ tôi mất. Những bông cúc nhỏ đã ra đi.

Đừng hỏi tôi còn lại gì? Chắc không nhiều hơn hai bài thơ viết cho hai người đàn bà nằm xuống. Những câu thơ dài lê thê và một cơn đau gọn gàng, tưới tắm.

Tôi nghĩ tôi có thể sống cạn kiệt đời mình bên đứa con gái chưa kịp trưởng thành. Tôi nghĩ tôi có thể trở về ngồi đúng trên chiếc ghế đã ngồi, căn phòng buổi chiều nhìn ra công viên sau nhà và giữ riêng cho mình một bầu trời. Một quá khứ...
Nhưng cuộc đời chật chội đến nỗi một chỗ ngồi cũng không đủ.
Người đàn bà hiện ra để nắm tay tôi băng qua vùng tâm bão. Đằng sau những tàn phai là những giọt nắng yếu lòng. Ai giấu giấc mơ đêm vào đóa quỳnh nở muộn?
Những bậc thềm cũ trầy xước như những vết chân chim cư trú trên đuôi mắt người đàn ông già. (Một ngày nào đó hắn bước qua khỏi cánh cửa này, mới biết tình yêu chưa bao giờ là cũ!)

3.

CÓ MỘT NGÀY CON GÁI TÔI NÓI LÊN Ý ĐỊNH RỜI BỎ nơi đây để tìm một chỗ khác, tôi không nghĩ là nhà cũ đến nỗi phải bỏ đó mà đi. Nhưng nó cứ thuyết phục tôi:
"Nhà này cũ quá Ba. Mình bán chỗ này và tìm một căn nhà mới. Có chỗ rộng rãi cho mình và cho những bạn bè của Ba đến thăm." Nó nói.
Suốt một mùa Lễ Tạ Ơn nó chạy đôn chạy đáo và đưa tôi tìm nhà. Từng vòng bánh xe ngấu nghiến những đoạn đường. Từng rét mướt đuổi hai bên xe, tôi quay đầu nhìn lại.
Cuối cùng nó cũng tìm ra một nơi chốn trong khi tôi còn chưa hết ngỡ ngàng.

Lâu lắm rồi, tôi cũng chẳng tin vào những điều vượt quá tầm tay mình.

Nhưng chỗ ở mới có đủ những gì cần thiết cho một người trót đầu tư vào sự lãng mạn. Nơi đó vẫn có bầu trời và thêm một mặt hồ có vòi nước phun khi xe chạy qua. Những cây *maple* cuối mùa đang có màu nửa vàng nửa đỏ. Những chiếc lá chuẩn bị rơi và sẽ mất dần khi đông đến thực sự. Nơi đó còn có những chú chim hót mang giai điệu dỗi hờn. Những con bướm bay lạc bên hàng rào. Có gì khác với căn nhà cũ đâu? Vậy mà tôi vẫn thấy buồn.

Khi xa nó, tôi thấy mình rõ nhất. Không có gì khác hơn, nhưng tôi thấy dường như tôi đã bỏ lại một cái gì đó không rõ ràng... cùng những câu chuyện ân oán thị phi, những tình yêu già hơn hai mươi năm. Tôi sẽ không nói về nó, bởi cái rét giữ trong lòng nhau hết còn bí mật. Cũng không muốn làm kẻ mộng du chạy đuổi theo một sắc cầu vồng.

"Tôi chia tay em rồi, Heatherglen" Tôi nói thầm trong đớn đau.

Hãy giữ trong lòng một cái tên. Vậy đi.

4.

CHIỀU NAY, CÓ MỘT KẺ RẤT BUỒN KHÔNG BIẾT TỪ đâu. Một tấm ảnh chụp năm rồi, cũng mùa thu. Trong đó trước sân nhà, ly cà phê chưa kịp uống và nụ hồng vừa hái. Tập truyện *"Đi Qua Mùi Hương Ngải"* đã hoàn tất và gửi về từ Amazon. Hai chiếc khăn quàng che gần hết lưng ghế. Mới đó, người đã đi. Bối cảnh tầm thường nhưng có một người nhìn nó, mà khóc.

Một bài thơ tưởng chừng chấm hết lại là nỗi nhớ bắt đầu. Đâu ai tắm hai lần trên một dòng sông, và đôi chân đường dài không thể níu mình đứng lại.

Cơn gió Tháng Chạp thổi tung một đường chiều mịt mùng. Những quá khứ gập ghềnh. Tóc ai đó đi bên cạnh tôi cũng tung tẩy một mùi hương. Làm sao giữ lại một con đường như giữ một mùi hương trong tóc?

KÝ ỨC TỪ TRANG VỞ CŨ

1.

SÁNG NAY, TÔI XUỐNG PHỐ TÌM CHO MÌNH MỘT chiếc áo lạnh để dành cho mùa đông. Mùa thu vừa mới đến nhưng đã có chút se sắt trên vai khi đi ra khỏi nhà buổi sáng. Những chiếc áo tôi mặc trước kia, bây giờ đang cũ.

Thành phố nắng quanh năm, ít khi rét mướt nên khi trời sang mùa, các tiệm bán quần áo có cơ hội bày biện những chiếc áo lạnh đang thịnh hành. Khách mua sắm bị nuốt chửng giữa các kiểu quần áo, giày dép và mùi mỹ phẩm bay ngào ngạt trong không khí. Chỉ mới vài phút trước đây, chân họ giẫm lên những chiếc lá khô đang luyến tiếc cành xanh, để rồi gót gió đuổi chúng chạy la đà về hướng khác. Tháng năm rộng dài nỗi buồn. Chiếc khăn quàng cổ trên vai người đàn bà cũng vậy.

Đâu rồi giây phút những người tình gần nhau, rồi rời xa bất chợt. Những ngọt ngào đã không còn tồn tại.

Có những điều tôi sẽ không làm sao hiểu được, chẳng hạn như bao nhiêu tình yêu đi qua đời hay lẫn khuất đó đây? Những vòng môi đỏ thắm màu phượng mùa qua giờ trở thành héo hắt. Giống như lời một bài hát cũ: *"đời tôi ngày ngày khi chiều chết trên đường phố…"*

2.

THÁNG RỒI VỪA GỢI TRONG TÔI MỘT MÙA TRĂNG. Khi tôi lái xe đi qua một khúc đường, ngừng lại ở một bảng *stop*, trăng đang vằng vặc trên đầu. Lâu lắm rồi, kể từ cuộc chia tay của người đàn bà cuối đường gió, tôi mới nhìn thấy lại hình ảnh quen thuộc.

Đâu rồi những mùa trăng êm đềm, nơi mà tuổi thơ không chịu lớn khôn, cứ trả mãi về tôi tiếng cười ngày ấy. Từ buổi tối tôi nằm trên chiếc ghế bố bằng vải nghe gió thốc quanh chỗ nằm. Vài con đom đóm khi ẩn khi hiện làm nao lòng.

Con đường ngày đó chưa có tên, chạy dài từ rạp hát Duy Tân qua khỏi Chùa Tịnh Độ. Gió mát từ cánh đồng thổi về làm tôi ngủ quên. Không biết bao lâu, tôi thức giấc, nhưng vẫn nằm yên trên ghế, nhớ lại mùa trăng năm rồi, tôi xách lồng đèn do ông ngoại làm, cùng với các bạn đi xuống biển. Thầy dạy dẫn chúng tôi đi từ trường tiểu học Lam Sơn ra biển và từ biển trở về. Con đường đêm của làng ngày đó rộng rãi và im ắng—mà nếu để ý nghe có tiếng con châu chấu búng cỏ nghe tanh tách—nhưng bây giờ đường như chật chội dưới bước chân của chúng tôi. Khi trở về tụ tập ở sân trường, chúng tôi được Thầy phân phát cho mỗi đứa một chiếc bánh trung thu.

Có một điều làm tôi rất đỗi buồn lòng vì trên đường ra biển, gió làm cho lồng đèn của tôi bị cháy. Tôi bất lực và gần muốn khóc khi nhìn ngọn lửa đang thiêu rụi những manh giấy cuối cùng, những manh giấy bóng nhiều màu, như tuổi thơ tôi trong suốt. Hình ảnh như dự báo trước những điều bất toàn sau này. Tôi chưa hình dung đằng sau những đời trăng mênh mông kia sẽ là những âu sầu gai nhọn. Ngọn lửa bỏng rát theo những bước chân cơ hàn của Má tôi. Bà chạy vạy từng ngày để lo cơm áo cho bầy con chưa biết buồn vì đời.

Đâu rồi những miếng bánh trung thu do Má tôi mua lúc chiều ở tiệm bánh người Tàu bán. Chúng tôi đang thầm mong cho giờ cúng bánh qua mau để được ăn bánh. Má tôi cắt bánh chia đều cho từng người—mà phần nhỏ nhất luôn để dành cho Bà—Những đứa trẻ háo ăn chưa kịp biết rõ mùi vị thơm tho của hạt dưa hạt mè, thì miếng bánh đã trôi tuột vào trong cuống họng. Tôi thèm thuồng tiếc rẻ và tự nhủ thôi hãy chờ đến mùa trăng năm sau, vì biết rằng khả năng của Má tôi chỉ có ngần ấy.

Nhưng không phải vì vậy mà cuộc đời thiếu đi cái vị ngọt và trái tim không còn nghe những nhịp đập lãng mạn, mang hình ảnh của cây đa và chú cuội già. Trăng luôn là nỗi đam mê, choáng ngợp tâm hồn tôi trong suốt nhiều năm thời thơ trẻ. Cho đến khi tôi vào lính. Cho đến khi tôi chạy đuổi theo những cuộc tình vô vọng…

Trong khi tôi viết những dòng này thì cơn bão vừa đi qua hai thành phố kế cận của Texas. Những trận mưa phũ phàng làm ngập lụt vài nơi. Nghe bạn tôi ở vùng đất đó kể lại thiệt hại chưa gì đã lên đến vài trăm tỷ mỹ kim.

Tôi lái xe đi qua những ngôi trường vừa sống lại sau một mùa dịch. Những chuyến xe buýt làm vàng một góc đường trước mặt. Những đứa học trò áo quần xanh đỏ đủ màu đang túa xuống một bên hông xe. Trong đó có những đứa nhỏ Việt Nam. Chúng chưa từng nghe biết đến một mùa trăng thơ mộng và những chiếc bánh được chờ đợi thèm thuồng. Chúng cũng không biết những nao lòng của người lớn, từ một đêm bên đường dừng lại, nhìn vầng trăng mà giấu đi những cảm xúc bộn bề—những chuyện nhớ quên—mà có một kẻ lặn lội hơn nửa đời muốn tìm một người để kể. Vì nói cho cùng, mọi chuyện cổ tích nào cũng đều có hậu, có những vết thương được băng bó lặn lành. Nhưng cũng có chuyện cổ tích kể hoài về những ông già không đuổi kịp một màu trăng. Kịp chăng là những dấu xe xuyên suốt bóng đêm như tiếng chân thời gian gõ muộn màng lên mái tóc...

3.

CUỐI THÁNG CHÍN NGHE NÓI CŨNG SẮP CÓ BÃO ở Việt Nam.

Đất nước nghèo khổ của tôi bây giờ cũng đang gồng mình chống dịch. Những cơn gió thu Sài Gòn thổi ngang qua bao nhiêu gương mặt xanh xao cùng những bao tử thất thần. Trên con phố em qua, bây giờ vẫn còn những người đàn bà mang linh cảm đớn đau và những trái tim hết còn xanh rì như lá. Có lẽ bây giờ em cũng chẳng còn bận tâm một thời trẻ dại. Một góc đường Lê Lợi có hàng me nối dài đến sân vận động. Cuối cùng đụng đến chân Núi Lớn.

Em, người đàn bà tự tin và nuôi nấng một thiên đường? Cái buồn em để sau lưng và dặn lòng không được yếu đuối. Những phù du rồi cũng qua đời đi mất.

Cây bàng đường ra biển đang những nhánh gầy trụi trơ. Giữa một vùng biển quắt quay, bàn chân nghe lạc mùa hồi sinh. Người đàn ông mới đó đã mấy chục năm đối mặt những chiếc lá đỏ vàng, nghe gió thu làm bung rạc… Mới đó đã một mình đứng giữa chiều mưa, để biết đời mình chưa đủ ướt…?

HOA QUỲ CUỐI NĂM

"Bây giờ tháng sáu
Sân trường không ai
Em về áo mỏng
Mưa bay tình ngoài

Ngói đỏ Couvent
Dấu giầy cẩm cúc
Hoa quỳ vàng rực
Giữa bàn tay em…"

1.

BÀI THƠ EM, MƯA, ĐÀ LẠT TÔI VIẾT NĂM 1989, SAU khi có kết quả định cư tại Hoa Kỳ.

Một ngày ngồi bó gối nghe mưa trong một quán nghèo, lòng thấy đau những điều huyễn hoặc. Biết làm sao giải thích về sự ngắn ngủi và đầy đủ của cuộc đời? Về nhà, viết bài thơ và đánh máy gửi cho nhật báo Tuổi Trẻ phát hành tại Sài Gòn. Người chọn đăng bài lúc đó là nhà báo Trần Ngọc Châu.

Bài thơ có 33 câu, là một hồi tưởng ít oi về Đà Lạt khi đang còn trong lính. Những tình yêu tạm bợ nói thay cho những nặng lòng. Rồi giải ngũ về, rồi những ngày lang thang. Những điều muốn quên tưởng dễ mà sao nghe chừng khó quá.

Những ngày cuối năm lạnh vô cùng. Lạnh đến nỗi phải nhờ cậy giấc mơ.

Một lần trên chặng đường Trại Hầm–Chi Lăng, chuyến xe chở chiều ngang qua phố, qua cây xăng Kim Cúc, ngang qua bờ hồ. Để rồi trạm cuối cùng nằm dưới một con dốc trước rạp Ngọc Lan. Trên cao là khu chợ Hòa Bình và cõi sương chằng chịt. Bến xe ở một thị xã buồn đâu cần phải có lời chia tay?

Một lần khác, tôi đi bộ để nghe gió biển thổi ùa qua bóng đêm, qua những con đường không tuổi. Cảm giác những luồng xe chạy vụt qua cán đè lên chiếc bóng của mình. Nghe rát đau mùi vị của biển.

2.

BÀI THƠ TƯỞNG ĐỂ LẤP ĐẦY MỘT KHOẢNG TRỐNG để chờ một ngày đi.

Nhưng sau một tuần báo đăng bài thơ thì có một độc giả lên tiếng phản hồi—lời phản hồi chắc như đinh đóng cột:

"Tháng Sáu ở Đà Lạt làm gì có hoa quỳ?"

Và chưa đủ, độc giả khó tính còn hăm dọa:

"Mai mốt ông thi sĩ nào đó có trở lại Đà Lạt, tới thác Prenn sẽ có dân địa phương ra đón để hỏi thăm sức khỏe!!!"

Trời đất, chỉ một màu hoa thôi mà? Có gì mà ầm ĩ? Tôi không nhớ hoa quỳ nở trong thời gian nào. Mười năm đi lính quen thuộc với hoa và mười năm từng trải hồn hoa trên giấy mực. Có những lúc tôi thấy mình đi lạc trong ảo giác mùa màng trong khi cuộc đời ngoài kia vẫn xanh và vẫn còn nhiều mời gọi. Nên có thêm hay bớt đi một màu hoa, tháng ngày cũng vẫn đợi chờ tôi phía trước.

Bài thơ thực sự cũng không vẽ ra một ranh giới rõ ràng. Chỉ là một liên tưởng. Nhưng lời phản hồi dù đúng sai, tôi vẫn thấy bâng khuâng vì bài thơ may mắn vẫn có người đọc và trách cứ… giống như một mùi thơm lạ lan tỏa trên bữa tiệc đời.

Bài thơ, trong chừng mực nào đó, đã thoát thai và bay lên khỏi một kích thước không gian chật hẹp. Khỏi một thời gian từng mang dáng đứng tự hào sau chiến tranh. Thời của *Tình Đất đỏ Miền Đông* (Trần Long Ấn.) Của *Trường Sơn Đông Trường Sơn Tây* (Phạm Tiến Duật.)

Rồi cũng một tuần sau đó, cùng trên trang thơ, nơi vị trí cũ, một dòng ghi chú của người phụ trách tòa soạn: *"Lại… Em, Mưa, Đà Lạt."* kèm lá thư ngắn gửi về tòa soạn của một thanh niên xung phong. Những dòng thư rạch ròi bênh vực. Thư viết, đại ý:

"Chúng tôi đang công tác nơi vùng kinh tế mới Đắc Nông. Đang là Tháng Sáu mỗi ngày đều có mưa. Sáng nay cuối tuần ngủ muộn, nhìn ra cửa sổ. Chợt thấy những hoa quỳ vàng rực, có lẽ chúng nở từ đêm qua. Thì ra Tháng Sáu vẫn còn những đóa quỳ..."

3.

TÔI KHÔNG CÓ DỊP TRỞ LẠI ĐÀ LẠT ĐỂ KỊP NHÌN lại những bông quỳ vì ngày đi gấp rút. Cũng không kịp xác tín lại có, không—một màu hoa buồn bã không ngờ. Màu hoa có khả năng lật tung những mảng ký niệm nằm im dưới một khu rừng phong kín.

Ra hải ngoại, tôi có sửa lại bài thơ trước khi tập hợp thành tuyển tập. Bài thơ không còn—hay không muốn nhắc lại—về Tháng Sáu gây tranh cãi:

"Bây giờ trên áo
Thơm mùi hương ai
Em về nắng mỏng
Mưa bay tình ngoài."

Một buổi chiều mùa đông trước Lễ Tạ Ơn năm rồi, tôi nhận một dòng tin nhắn. Bên cạnh dòng tin là bản *copy* bài thơ *Em, Mưa, Đà Lạt*—viết tay

Trang giấy ngả màu thời gian cùng nét chữ mạnh mẽ đã đi qua bao nhiêu quá cảnh bao nhiêu bến bờ? Người gửi tin nhắn tiết lộ:

"Bài thơ này em chép trong sổ tay thơ của em, những ngày trẻ trung lãng mạn ở Đà Lạt."

Ký tên, Đoàn Lệ Thanh.

Đó là một bạn văn sống cùng thành phố ... Cô vừa là cô giáo dạy tại trường tiểu học Summitt, chỗ của đứa cháu ngoại đang học. Cũng vừa là bạn thân thiết... rặc Huế của nhà thơ Tôn Nữ Thu Dung.

Tôi không biết giữa những ngày trẻ trung lãng mạn, trước khi trở thành cô giáo, cô gái Huế cùng trái tim rất Huế kia đã bao lần nghe xao động từ một tiếng chuông ngân? Bao lần ôm những tịnh yên nỗi đời đi qua nhịp cầu mười hai vại? Để rồi hôm nay, chạm muộn đến một hồn thơ là tôi, đã không còn thơ trẻ?

4.

CÁM ƠN CÔ GIÁO ĐOÀN LỆ THANH. CÔ LÀM TÔI biết rằng muốn làm xanh một hồn lá, nhựa thơ tôi phải len lỏi qua những đường gân vàng úa, bầm giập. Như một nhánh sông trân mình chảy qua một bờ đau để tìm về với biển.

Mới đó mà đã hai mươi chín năm.

Khi xa nhau rồi, với tôi, tháng nào trong năm cũng là tháng của hoa quỳ vàng rực.

Cuối Tháng Chạp, 2018

QUÁ KHỨ LÀ ĐIỀU KHÔNG CẦN CỐ LÃNG QUÊN

ĐÊM QUA, BÓNG ĐÈN NHỎ NƠI BÀN LÀM VIỆC BỊ HƯ, tôi lục tìm trong chiếc tủ đựng hồ sơ hi vọng tìm được một cái nào mới để thay. Trong lúc tìm, thấy lại những giấy tờ bỏ quên của mấy chục năm về trước... Mọi thứ đều không còn cái màu nguyên thủy mà ngả sang màu vàng. Những trang giấy mòn cũ đến nỗi ngón tay không dám chạm mạnh vào vì sợ rách.

Vài hồ sơ hồi còn đi lính. Trong đó có bản Chứng Chỉ Tại Ngũ và một bản Giấy Phép Đi Đường trong thời gian trú đóng ở Đà Lạt.

Một giấy thăng cấp từ Trung sĩ lên Trung sĩ nhứt, (rớt Tú Tài anh đi Trung sĩ.)

Đi lính năm 1965, hai năm sau được lên Trung sĩ nhứt, rồi lè phè đến ngày giải ngũ, ba cái cánh gà cứ mòn đời trên tay áo *treilli*.

Đôi khi quá khứ xanh trong như chân trời mùa hạ. Đôi khi quá khứ lạnh giá như một ngày mưa. Tôi muốn ôm chúng vào lòng và cất hết vào những ngăn tâm thất.

Đôi khi thấy buồn không hiểu vì sao. Vì quay nhìn phía nào cũng thấy mình lạc lõng.

Những nỗi buồn giống như vừa lỡ chuyến xe để rồi yêu thương sẽ không về kịp.

Những ngày của Tháng Mười của 57 năm về trước. Tôi vào đời mà không kịp trang bị cho mình một kiến thức vừa đủ, ngoài những cuộc tình không rõ thực hư.

Gần mười năm lính tráng miệt mài qua biết bao thành phố, bao tỉnh ly miền Trung. Những ngày bình yên hay những ngày rớt qua vai giông bão? Những đêm miệng đắng môi cười. Những cuộc tình non ập lên trái tim già nua trước tuổi…

"Mình vào đời nhau lúc môi còn non, tuổi mộng vừa tròn." của Trúc Phương.

"Anh còn yêu em nụ hôn sim tím… áo nhàu qua đêm." của Anh Bằng.

Một bản sao Thế Vì Khai Sinh có ghi tên Ba Má tôi và ngày sinh của Ông Bà. Trần Văn Nhạn (1920) và Nguyễn Thị Ba (1921) Hai cái tên quen thuộc mà sao tôi không thể vớt lên từ giấc mộng mỗi ngày? Để bây giờ phải nợ với Ông Bà một mùi hương quẩn quanh chạy vòng về ký ức?

Ai đó nói rằng đừng đổ thừa một cơn mưa. Nhưng thực sự cơn mưa sáng nay đã làm tôi quay quắt nhớ. Những cây cầu lỗi nhịp nối hai nỗi buồn ở hai đầu ngọn núi. Tôi cúi đầu đi qua Tháng Chín có những cây bàng vừa thay màu lá. Những mùi của biển từ lâu không đánh thức mà vẫn thơm ngát giữa đời thường. Tôi nợ Ba Má tôi một quãng đường dài yêu thương, nơi bóng mát Ông Bà phủ lên đời những đứa con khờ dại. Những điều không thể là mãi mãi, sao vẫn làm rưng rưng?

Một Sổ Học Bạ bậc Trung Học Đệ Nhị cấp ghi tên tôi.
Trang đầu tiên từ năm 62-63 (Lớp 3B)
Lời phê cuối năm của Thầy Hiệu Trưởng Đặng Văn Kế. "Khá, trừ môn toán."
Trang tiếp ghi niên khóa 63-64 (Lớp 2B) xếp thứ 38 trên 42, chữ ký của Thầy Bùi Bằng Hãn.
Những ô cùng trang ghi tên các giáo sư phụ trách. Các thầy Phan Văn Thám dạy Lý Hóa, Thầy Bùi Bằng Hãn dạy Toán, Thầy Trần Quang Huy dạy Việt Văn… (Sau này nghe biết thầy Huy chết trong lúc vượt biên.)
Trang cuối cùng ký ngày 15-4 năm 1964. Thầy Bùi Bằng Hãn lúc này làm Hiệu trưởng, phê: "thường."
Một trang in mẫu đơn xin dự thi kỳ thi Tú Tài Việt Nam (phần thứ…) có phần ghi chú: "đơn này phải do tay thí sinh viết và ký."
Từ trang này đến những trang sau bỏ trống. Tờ học bạ dang dở vì từ năm 1964 tôi thi rớt Tú Tài 1 và rời trường.

Sổ học bạ của tôi khép lại một quá khứ. Tôi ngồi xúc động không biết tại sao nó theo tôi cho đến giờ phút này. Từ năm 1962 đến 2022, đúng 60 năm cuộc đời.

Quá khứ không lộng lẫy vì tôi học dở cùng với những lời phê của các thầy Hiệu Trưởng… những lời nhận xét không mấy gì tự hào. Nhưng quá khứ đó vẫn lấp lánh những hi sinh của Bà Má và những tình cảm chân thật từ các Thầy Cô. Nó hiện hình từ một năm tháng đầu đời trắng tinh bây giờ đã vàng úa.

Từ cuốn học bạ đó, biết bao hình ảnh quá khứ trôi về. Những đêm hè ngồi học bài trong căn nhà đường Thủ Khoa Huân dưới chân Núi Lớn. Những bài thơ lãng mạn vấn vương cũng từ chiếc bàn học đó, trong khi bên ngoài gió mùa thổi về làm run rẩy những bông sứ trước sân.

Và đến con đường Lê Lợi có hai hàng me lúc nào cũng rơi lá. Đến cô gái mang họ Hoàng Tộc, và con đường Duy Tân chạy dài ra biển. Đêm có những con bọ rầy bay quanh mấy trụ đèn đường để rồi mỏi cánh rụng xuống. Nơi đầu đường phía kia, tọa lạc một ngôi nhà khang trang từng sở hữu một thương hiệu Mắm Ruốc nổi tiếng.

Con đường Nguyễn Thái Học chạy ngược về hướng chợ, ngang qua nhà của người bạn học. Phía sau nhà người bạn là quán kem Anh Đào… Cô gái thứ hai, con bà chủ quán ngồi chống cằm nhìn mưa.

Cũng nơi gần cuối học bạ là những trang bỏ trống.
Nhưng hiện lên rõ ràng những ngày trọ học ở Sài Gòn. Căn nhà số 105 đường Nguyễn Cư Trinh và cái bến xe tỉnh đầu. Tiếng hát của Phương Dung xối xả theo tiếng mưa rớt xuống mái tôn buồn. Những đời lính yêu đương xa nhà nơi một góc bàn từ quán cà phê nào đó, ở Năm

Dưỡng, Sài Gòn… ở Tùng, Đà Lạt… Từng góc đời đi qua từng tiếng mưa ướt át.

Rồi mùa về ngang qua biển hao gầy. Sóng cứ lặng im như chẳng hề tồn tại. Tháng Tư đổi đời trong cái nắng cháy ran thành phố. Những đứa học trò khi đi qua ngôi trường cũ và hàng phượng đỏ trên đầu có còn ai tiếc một thời thanh xuân?

Bởi một đêm nào, nghe *Tiếc Một Người* của nhạc sĩ Thanh Bình, qua tiếng hát Sĩ Phú. Có những câu:

"Nghe như mùi hương xưa Từ quá khứ đưa về Lâng lâng hồn bay đi Lùi về xa dĩ vãng…

Hỡi hương nào gây nhớ Mới hay tình thật bền Tình ngủ yên trong tim…

Hôm qua hồn bay xa Hồn đã tới bên người Nghe dòng lệ rơi nhạt nhòa bên chăn gối…"

Lời ca dù không viết cho tôi nhưng không biết sao cứ nghĩ là của mình. Hình như hôm qua tôi còn đau đớn biết bao, khi đi qua từng góc đường bị cắt bởi những con hẻm, có tên Lê Lai, Đồ Chiểu… Tôi muốn chôn chân. Muốn níu mình đứng lại.

Những đêm mưa lớn tạt về làm lạnh buốt. Những đêm mùa hè không biết nhớ ai mà không ngủ được? Và tiếng con dế gáy ran trong góc giường? Nơi một người cô đơn, mà hai người thì chật chội...

Tháng Mười, 2022

BẾN XE TÌNH ĐẦU

Tặng Sài Gòn, có một thời như vậy.

1.

TỪ MỘT ĐÊM MƯA, TÔI TRỞ VỀ TÌM LẠI NGỌC. Năm 1970 thị trấn B'lao còn những nét thơ mộng và thành phố chưa bị biến đổi để trở nên đô thị hóa như sau này. Chuyến xe *GMC* từ tiểu khu Tuyên Đức, về muộn vượt qua những đồi núi quanh co và nhiều cây số đường gập ghềnh bom đạn, trong khi sương mù phủ kín hai lối đi. Chỉ có tôi và tài xế người Thượng là hai người duy nhất trên xe.

Đó là chuyến công tác đêm đầu tiên từ Đà Lạt về B'lao. Chuyến đi có thể xảy ra nhiều bất trắc trên một chặng đường thường xuyên bị quấy rầy. Ban đầu chúng tôi ngại ngần, định sáng hôm sau sẽ đi sớm. Nhưng với một chút liều lĩnh, một chút lãng mạn thời mới lớn, và một chút thôi thúc của tình yêu, cuối cùng chúng tôi nhận lời lên đường.

Bây giờ, khi hồi tưởng lại những mảnh vụn của quá khứ, tôi thấy tôi đã thơ mộng hóa cuộc đời quá nhiều. Nhiều khi tôi để tình cảm lấn át lý trí và không muốn hình dung đến một hiểm nguy nào khác ngoài trái tim luôn rung động những lời kêu gọi giang hồ. Đêm mịt mùng lúc chúng tôi khởi hành, vì ở cao nguyên trời thường tối sớm. Qua khỏi Di Linh thì trời đổ mưa nhẹ. Một đoạn đường khác gần khu vực cầu Đại Quay phải chạy chậm vì đường xấu. Trời hết mưa nhưng phía trước bị vùi lấp trong sương mù:

"người ta tìm nhau giữa một cõi sương
người ta lìa nhau không một sợi tóc vương
sương mờ mịt sợi buộc ràng ai thấy?
ta xa nhau lòng em đau đấy
bài nghìn trùng không ai hát mà đau
nụ hôn nào chưa kịp nở ở môi nhau
đã héo vội theo ngày mưa rũ
anh nhớ gì mù sương chốn cũ?
anh nhớ gì tình mê muội trao đi?
đã gặp bao giờ mà lại phải chia ly
tiếng em khóc dội hồn anh chốn đó..."

(Hoàng Du Thụy, Canada)

Người tài xế quen thuộc đoạn đường vì anh sinh ra lớn lên tại đây. Những bản làng, những đồi trà và những con suối quanh co là một phần đời niên thiếu của anh. Anh yêu mến chúng cùng lúc yêu mến luôn những con bò ngu ngơ ngoài sân, những con heo mọi ốm o trong chòi.

Cuộc sống của những người Thượng giản đơn như hạt muối khô không cần tinh lọc qua những ruộng đời biến động. Họ không cần ánh điện thành phố vì trên đầu họ đang có cả một mùa trăng. Và tình yêu cũng không cần nhiêu khê, thắc mắc vì đằng sau những tấm lòng sơn nữ kia, họ có sẵn sự thủy chung, mộc mạc của núi rừng. (Nhiều chục năm sau, những con người sơn cước đó đành bỏ quên những phần đời quen thuộc của mình. Bỏ quên đất đai, những con suối và những ông Thần khuất mặt, để trôi giạt về một nơi chốn văn minh tột cùng là Mỹ Quốc. Họ không còn một mùa trăng để đi và nước uống mỗi ngày thiếu vắng mùi vị ngầy ngật của rượu "cần". Người ta đã chiếm ruộng nương và lấy những nhịp thở đất đai ra khỏi tim họ.)

2.

TÔI CŨNG VẬY. TỪ MỘT THÁNG TƯ, TÔI ĐÃ BỊ MẤT nhiều thứ, vì cuộc đời luôn biến động theo những dòng chảy của xã hội. Tôi bị cuốn hút vào trong một đời sống bất an như đinh ốc bị đặt sai chỗ trong một guồng máy.

Tôi ngạc nhiên và thấy mình tồn tại ngay trên quê hương xa lạ của mình. Tôi không còn biển để tìm lại một mùa hè rong chơi và một tình yêu thủy chung như ngày mới lớn. Mọi thứ, đều trở thành quan trọng, từ lon gạo, ký đường, đến cây kim, sợi chỉ. Chỉ có giá trị con người là xuống cấp. Và trí tuệ thì trôi trác trên những nhánh sông buồn.

Những người bạn học chung trường ngày xưa rất ít khi gặp lại. Đa số đã vượt biên. Số còn lại đang làm việc nơi những văn phòng phường xã, mà thời gian làm việc phần nhiều dành cho những quán cà phê và những cửa hàng ăn uống. Một số khác thản nhiên chấp nhận thân phận trên những chiếc xe ba gác, trên xe xích lô hay sau lưng những thùng vé số. Họ ngồi bên lề cuộc đời đếm hi vọng và niềm vui của người khác như đếm năm tháng của mình.

Mười tám năm tôi xa quê và ba mươi ba năm của tôi đã phai nhạt màu xanh. Muối của biển có còn mặn mà hay phôi pha vì mỗi mùa giông bão? Ngọn hải đăng mỗi đêm có còn soi rọi những hướng đi về tương lai cho những chiếc tàu đã không còn phương hướng? Nghe nói con đường chạy quanh Núi Lớn, Núi Nhỏ đã khang trang hơn vì nhu cầu du lịch, nhưng tấm lòng của người dân đang cạn hẹp và ngổn ngang những gai góc tình người.

Má tôi không còn cách đây nhiều năm. Khi bà mất tôi không thể về. Có những lầm lỗi mà chúng ta có thể quên được, nhưng có những lầm lỗi không bao giờ san sẻ hay bị đồng hóa dù chúng ta biện minh bằng những lý do nào đi nữa. Suốt đời tôi sẽ hối hận vì điều này. Và mọi thành công—nếu tôi vươn tay tới được—sẽ nặng trĩu lòng thống hối. Nó sẽ làm lem luốc mọi mùi thơm và mọi vinh quang trên những vòng nguyệt quế.

Có biết bao nhiêu từ mẫu đã hụt hơi đi bên cạnh bước chân thơ dại của con mình? Có biết bao nhiêu người Mẹ còn giữ cho đời một chút màu xanh hy vọng? Má tôi là một trong những người Mẹ đó. Bà đã ươm trong hồn tôi, từ ngày thơ ấu những hơi thở tươi mát như gió biển. Bà không đủ giàu để mua tặng tôi chiếc vé xe mộng ước để chạy đuổi theo những thành phố hào nhoáng vật chất. Nhưng Bà đã đặt tôi trang trọng trên chỗ ngồi của lòng can đảm, để từ đó đi xuống đời bằng bước đi chân cứng đá mềm.

Trên đất nước tạm dung nơi đây có ngày lễ Mẹ. Người Mỹ thích cho thế giới thấy sự hiếu thảo của họ, dù chung quanh vùng *downtown* có những căn nhà *nursing home*. Có bao nhiêu chiếc ghế xích đu đong đưa nỗi cô đơn của những ông bà già, như đong đưa niềm hi vọng? Ở đó cũng còn có người trợ tá đút cơm cho những người không còn trí nhớ suốt ngày cười nói như một đứa trẻ, trong khi màn ảnh truyền hình chiếu đi chiếu lại những bộ phim tình yêu. Mọi điều có vẻ như một mặt khác của đời sống. Nó trùng lắp, hỗn độn và đầy gai góc. Và chúng ta nhìn vào bức tranh đó, chúng ta sẽ thấy rõ tương lai của chúng ta ra sao.

Những đứa con của Hợp Chủng Quốc Hoa Kỳ thích vinh danh những người Mẹ. Hãy để cho họ có việc để làm và có một sự bận rộn dễ thương bên cạnh những căng thẳng nhà xe, cơm áo.

"Có phải nơi kia là phố tôi sinh
Có sương sớm đọng trên đèn muộn
Đâu? Đâu có ngụm đèn xanh
Rèm che nhòe cửa sổ
Nín đi thôi. Nín đi thôi các đại lộ nhiều cây..."

(Trần Dần)

Đêm mênh mang những cánh gió rượt theo vòng lăn của bánh xe và con đom đóm bay dật dờ trong đám cỏ. Không lâu nữa con gái tôi sẽ trưởng thành. Nhưng chắc còn lâu nó mới hiểu tường tận về Bà Nội của nó nơi một góc phố mà ba nó sinh ra. Trong khi nền văn hóa tại đây không dạy cho nó cái cảm giác về sự ràng buộc mật thiết của tình mẫu tử. Nên nó sẽ đi vào đời với một đóa hồng rất hời hợt ngày Mother's Day. Một lần tôi chỉ cho nó tấm hình chụp chung với Bà Nội, lúc nó mới vừa bốn tuổi. Khi chúng tôi về thăm lại Đà Lạt. Bà Nội nó đội khăn mỏ quạ và trông có vẻ quê mùa dưới mắt nó. Nhưng với tôi, cuộc đời sẽ không lớn lao và văn minh được nếu không có những chiếc khăn mỏ quạ. Từ những vuông khăn đó, mồ hôi và nước mắt khổ đau đã được lau khô. Hạnh phúc và niềm vui cũng từng gói ghém trong đó. Chúng tôi, cùng khôn lớn theo màu thời gian phai mờ trên từng sợi vải và tương lai phồng căng trên đó như một cánh buồm.

Những chiếc khăn mỏ quạ che kín những vai đời, trong khi nắng gió làm già háp mộng ước thời niên thiếu. Tôi lớn lên theo những mùi thơm ngào ngạt toát ra từ nỗi buồn, như hóa thân của thời gian. Chiếc khăn cũng vậy. Nó bạc màu theo tuổi già của Má tôi. Nhưng sao tôi vẫn thấy nó chứa đựng bao điều mới mẻ.

3.

ĐANG MÙA TỰU TRƯỜNG. GIÓ THU HIU HẮT NHỮNG hồi tưởng. Khi tôi còn là học sinh trọ học bất đắc dĩ trên thành phố Sài Gòn. Vũng Tàu là một tỉnh nhỏ, khi học xong Trung Học Đệ Nhị Cấp phải về thành phố để thi Tú Tài. Một người bạn cùng lớp đã rủ tôi lên nhà bà cô của anh để chuẩn bị ngày thi. Căn gác trọ nằm trên đường Nguyễn Cư Trinh. Căn nhà số 105 ngày đó là một nhà gạch hai tầng. Phía dưới dùng làm kho chứa đồ chạp phô—những bao đường, bao đậu dự trữ—tầng trên, dùng làm sinh hoạt cho cả gia đình.

Đó là những năm của thập niên sáu mươi. Lúc đó bến xe đò lục tỉnh nằm hai bên đường Nguyễn Cư Trinh, chưa dời ra ngoại ô. Vị trí bãi đậu xe đổi thay mỗi tháng một lần. Tháng trước xe về đậu bên này lề đường. Tháng sau về đậu bên kia. Sự huyên náo, ồn ào chia đều cho hai phía và người dân hai khu phố quen thuộc với những hoạt cảnh mỗi ngày.

Từ một buổi sáng nào đó, trên căn gác tôi nhìn xuống con đường và những dòng xe tất tả, xuôi ngược, tôi thấy hết nhịp sống của Sài Gòn. Mọi loại xe đều hiện diện trong ngần ấy không gian chật chội, giữa những tiếng động nhức nhối. Tiếng kèn xe, tiếng máy nổ chờ lăn bánh, tiếng rao hàng, tiếng cãi cọ, tiếng đồ vật rơi đổ, tiếng một con chó gầm gừ do bị đánh bởi một bà bán hàng ế khách, tiếng chọc ghẹo, tỏ tình số sàng từ những người lơ xe bạt mạng giang hồ với các cô gái bán hàng chơn chất. Xen lẫn giữa mùi thơm của cà phê, của thức ăn sáng là mùi cống rãnh nghẹt ứ, mùi rác rến tùy tiện.

Cái nhịp đời đó không bao giờ ngủ yên trong trí nhớ tôi. Nó vẫn sừng sững dù nhiều năm bể dâu biến động. Vì nó đánh dấu một mối tình mới lớn. Người con gái của hơn năm chục năm về trước mà tôi từng yêu khi về sống tại Sài Gòn. Căn gác ván cũ kỹ—sau này được xây lên ba tầng gạch, nhưng vẫn chật chội bề ngang—mỗi đêm tôi về nghe lại tiếng cười và tiếng nói chuyện của những cô gái con bà chủ nhà người Bắc. Nhà không có đàn ông. Những bữa cơm tối muộn màng vì mọi người bận bán hàng ở chợ Thái Bình, tôi đói bụng lén xuống đường kiếm món gì ăn đỡ dạ. Tôi biết buồn và nghe đơn độc từ những ngày đó. Và cũng biết thêm những hồi kèn xe thôi thúc giang hồ.

Nơi căn gác còn có thêm một bà cô mù suốt ngày ngồi một mình, nghe tiếng bước chân từng người lên gác mà mừng rỡ. Tôi biết bà cô đó thương tôi và kỳ vọng ở tôi một chàng cháu rể không cứng đầu. Những con mèo tam thể ẻo lả nằm quấn quít cạnh bà trong khi tôi lắng nghe bà kể lể chuyện đời. Đôi lúc câu chuyện của bà bị ngắt quãng vì tiếng cãi lộn bên dưới. Những tiếng chửi thề và nhiếc móc đay nghiến nhau của những đôi vợ chồng vọng lên căn gác, như những vết cắt làm cho đời sống thêm sần sượng, gai góc. Cái góc phòng chật và bề bộn những tiếng động đó nhưng đại diện cho một Sài Gòn lớn lao.

Bây giờ, một vài người nơi căn nhà đó vẫn còn. Những người lớn thì đã mất vì thời gian—trong đó có bà cô chủ nhà và bà cô mù—một trong ba người con gái nơi căn gác đó vẫn không chịu có chồng và sống thui thủi một mình bên những ngày tháng rời rộng khổ đau nhưng thiếu vắng hơi thở hạnh phúc. Tôi chắc như vậy vì sau một cuộc đổi đời mọi đời sống đều giống nhau. Tôi không biết trong tâm hồn người con gái lớn lỡ thời đó có bao nhiêu hình ảnh của tôi, có bao nhiêu khoảng trống cho một kẻ giang hồ như tôi cư ngụ? Nhưng với tôi, tình yêu tự nó thu xếp những chỗ trú trong tim—giống như những chuyến xe đò mỗi chiều về tìm bến đậu. Có một lúc nào, tự chính nó, vì bận rong chơi trên đường dài, lúc tàn cuộc quay về, sẽ mất hẳn một chỗ nằm khiêm tốn qua đêm. Chỉ tội nghiệp cho những quang gánh chất đầy mộng ước, bị bỏ quên dưới gầm xe vì không có người thu nhặt, phải chờ đến bình minh...

Một buổi chiều chủ nhật, trước ngày thi một ngày trời đổ mưa. Mưa dai dẳng từ buổi trưa, kéo dài đến chiều tối. Tiếng mưa gõ buồn bã trên các mái tôn cũ nghèo. Trên những mâm cơm tức tưởi nỗi cơ hàn. Tôi đứng trú mưa giữa hành lang nối liền hai dãy nhà, lòng trống trải một quạnh hiu. Vắng đâu đây tiếng hát Phương Dung vọng xuống. Bài *Nỗi Buồn Gác Trọ*.

Tiếng hát ráo hoảnh giữa những dòng mưa. Tiếng hát chạy thênh thang trên những lòng đường bên dưới. Con nhạn trắng Gò Công giữa đầu thập niên sáu mươi đã xoải cánh mượt mà bay qua mọi cánh đồng âm nhạc miền Nam. Rồi đậu xuống lâu dài trên mỗi trái tim người mộ điệu.

Tiếng hát dội vào lòng tôi như điềm dự báo một số phận. Lần đầu tiên trong buổi chiều xa nhà, tôi cảm biết rằng tình yêu sẽ làm cho con người ta lớn lao hơn hay bé nhỏ hơn. Lần đầu tiên tôi cảm biết rằng đời sống có những giá trị khác, tuyệt vời hơn. Không phải đơn điệu chỉ màu sắc của cơm áo, của công danh sự nghiệp hay những thành đạt. Mà còn có sự lãng mạn của nắng mưa, của thời tiết. Của hạnh phúc và những đau khổ trộn lẫn. Của tình yêu tơi tả, bầm dập vì không tìm ra lối thoát. *"Mỗi mùa vắng đi một người."* Như mỗi đứa học trò sẽ trụ lại hay sẽ rời bỏ trường lớp sau một mùa thi. Để trôi lăn trên những vòng đời chóng mặt?

Năm đó tôi thi rớt Tú Tài 1. Tôi nạp bài thi trước hết và ra khỏi phòng. Lòng tôi trống trải như bến xe đêm về sáng. Không còn tồn đọng một phương trình hay một định lý nào trong trí tôi. Tôi lang thang gần nửa ngày, qua rất nhiều ngã tư ồn ào xe cộ. Qua những quán cà phê và những cô chủ quán yêu kiều. Tôi tập làm người lớn và tập hút điếu thuốc đầu tiên trong đời. Khói thuốc sẽ làm khô môi nhưng sao ướt sũng hạnh phúc? Thứ hạnh phúc được pha chế bằng mùi vị đau khổ. Những vòng khói níu chân tôi bước xuống cuộc đời và tôi nghe trong đó hương thơm của sầu mộng. Những vòng khói quấn quít, tựa những vòng tay ôm…

4.

MỖI NGƯỜI CÓ MỘT ĐỊNH MỆNH TỪ MỘT CUỐN PHIM hay một bài hát. Tôi nghĩ vậy. Bài *"Nỗi Buồn Gác Trọ"* đã cắt hồn tôi thành hai mảnh đời. Và tôi sẽ không bao giờ ghép hai nửa mảnh đời rách rưới đó nhập lại cùng nhau. Nhiều năm trôi qua, tôi vẫn không thể quên được giọng hát làm trái tim tôi trầy trụa. Tiếng hát cắm vào hồn tôi những chiếc gai nhức nhối có khả năng làm rơi máu lệ. Tiếng hát như một định mệnh đẩy tôi trôi trên những nhánh sông buồn.

Con nhạn trắng Gò Công chắc không thể hình dung được rằng cách đây đúng năm mươi lăm năm, tiếng hát của nàng đã gây cho tâm hồn đứa con trai mười bảy tuổi cơn địa chấn. Không phải cấp bốn hay cấp năm. Mà là cơn địa chấn ngọt ngào hơi thở môi xanh và nước mắt mặn.

Nhiều năm trôi qua, hồn tôi vẫn còn rung động như ngày nào, khi nghe lại bài hát cũ. Vẫn in như ngày mới lớn, vẫn mới mẻ ngần ấy những rung động.

Nhiều năm trôi qua. Từng có biết bao nhiêu gác trọ hiện ra bên cạnh cuộc đời. Một lần ở khu Bàn Cờ. Một lần ở Bảo Lộc. Một lần ở Chi Lăng—đường Hai Bà Trưng, Đà Lạt. Vài gác trọ trên đất nước người có danh xưng khô khốc là *motel*, bên những chặng nghỉ đường dài. Nhưng sự rung động bớt đi những bồi hồi, sôi nổi.

Hình như chúng chỉ tiếp nối những định mệnh, chớ không phải bắt đầu một định mệnh?

LÀM SAO ĐỂ CHIA TAY MỘT TÌNH YÊU?

Còn mấy ngày nữa bước qua một năm mới Âm Lịch. Lái xe chạy qua một góc phố xanh mơn, chợt nghe ký ức rơi đầy...

1.

CÓ NHỮNG MỐI QUAN HỆ NÊN DỪNG LẠI TRƯỚC KHI quá muộn. Một ngày, có người nói với tôi như vậy.

Tháng Giêng, xe chạy qua từng bờ cỏ chưa kịp hồi sinh vì những cơn rét đậm của Tháng Mười Hai. Từng cây *pecan* vẫn còn lưu luyến không muốn chia tay những chiếc lá đang mơ màng một quá khứ.

Buổi chiều đẹp như thế này và sẽ là điều buồn nhất nếu không có ai ngồi bên tay lái để nhìn những vạt nhựa đường chạy lùi về phía sau, những vòng bánh xe hôn phớt lên mùa màng.

Rất lâu, tôi mới có một ngày an nhiên không vội vã. Cái thời từng dại dột chờ đợi một màu phấn hoa, như những đứa học trò chờ đợi tiếng chuông rung chấm dứt giờ học, để túa ra cửa lớp.

Chúng tôi lớn lên cùng với những cây điệp nơi sân trường. Lớn lên theo những tiếng ve tình yêu sôi trong lòng hối hả.

Mùa đông nơi tôi đang sống không chỉ là lạnh giá, mà còn những nỗi buồn đợi mùa tàn để rơi.

Đâu đó trong tâm hồn, những điều tưởng chừng ngủ yên bỗng cựa mình thức dậy. Từng tiếng mưa trái mùa không nằm trong dự báo thời tiết nhưng nghe quen. Từng chân trời bịn rịn ước mơ phía bên này năm tháng. Và những vạt áo trắng ngợp một mùa xuân. Người đàn ông già từng nghe bất an vì tim vừa ngập tràn gió bấc. Vừa hiểu những tình yêu không còn như thời tôi yêu họ. Ngay cả chỗ tôi ngồi, gió đã không đủ sức đuổi theo những ước vọng thơm mùi quá khứ, cùng thân phận một thời. Những lời chia tay bay qua những ly rượu chưa từng nhấp môi, đắng nghét.

2.

CÓ NÊN NÓI NHỮNG DÒNG NÀY THAY CHO MỘT NỖI buồn vừa rực rỡ đi qua và bắt tay vào một niềm vui mới? Việt Nam mùa này đang sắp chạm tay với Tết. Có những tia nắng thôi ngả cái hanh vàng xuống phố và cái se lạnh đủ làm ngỡ ngàng những vạt áo len. Rồi tiếng gió mang những vị mặn của muối vừa đi qua một cửa biển xưa, chạm chân vào đất liền, trên những chiếc ghế đá có những người già ngồi một mình.

Chiều nôn nao những nhánh lá chẳng còn xanh. Những con đường không còn mang tên em. Cũng không nghe quen như ngày còn nhỏ. Một góc núi một lần trở về một đêm mưa ướt. Già rồi, sao vẫn muốn xới tung mảnh vườn quá khứ để tìm một màu hoa tạm bợ?

Tôi ngại nói về mình, nhưng không biết sao những câu chuyện về một thành phố nằm giữa hai ngọn núi, những con đường đi hoài không thấy mỏi đếm những người đi qua, những khung cửa sổ nằm dưới một số nhà, một địa chỉ…

Vẫn tiếng máy xe ai vừa đi qua giòn giã, đến nỗi cây bàng buồn cũng phải lắng tai nghe. Hay buổi chợ chiều cuối năm còn sót lại những chồng dưa hấu ế ẩm, những bông cúc và vạn thọ vẫn y nguyên màu vườn tược mới cắt. Những cô gái vội vã xếp tình yêu trở về cùng quang gánh… Nghe nói Tết năm nay dân Việt Nam sẽ không vui vì ảnh hưởng sự lạm phát chung của thế giới… Những con đường chạy qua các tiệm tạp hóa chưa bao giờ ít khách như vậy. Những đứa bé dự định vài hôm nữa mặc lại bộ đồ hồi năm ngoái bằng sự nhẫn nại. Và những quán xá nghe hổ thẹn vì bàn ghế lạnh tanh. Những câu chuyện già mấy mươi năm của một vài khách vãng lai. Họ mang trong lòng nỗi cồn cào của biển. Nơi tuổi thơ lao xao đêm lao xao ngày chỉ vì một chiếc lá vàng bên bậc cửa. Những tiếng mưa thầm thì đau điếng.

3.

ĐÂU ĐÓ, CÓ ÁNH SÁNG CỦA MỘT VÌ SAO BAY VỀ cuối biển.

Vũng Tàu gió có còn lạnh không? Chắc lạnh. Đủ để ngại ngần những bước chân và tiếng điện thoại reo mơ hồ, như những khúc tình đau rát mặt.

Làm sao để chia tay với một năm cũ như chia tay với một tình yêu? Sẽ không dễ dàng giống như chia tay một thời khắc cuối năm.

Phải đi qua nỗi buồn mới cảm giác trưởng thành hơn. Phải ở trong tim nhau một đời mới biết thế gian này chật chội.

Chiều hôm qua, đọc trên *Facebook* thấy câu này, rất ưng và chép lại: "Bất cứ tình yêu nào dù tan vỡ cũng đều đã từng có một khoảnh khắc hạnh phúc. Những nỗi buồn đã cũ, không phải để cầm, soi. Hãy đặt chúng ở lại, chuyện hôm qua, qua rồi."

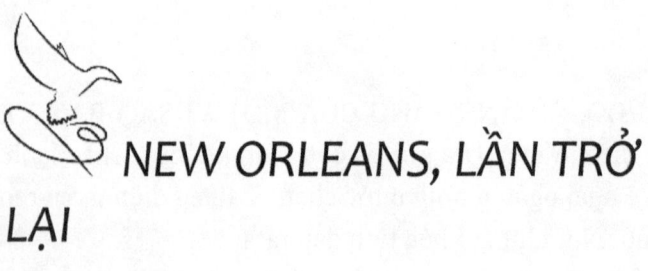

NEW ORLEANS, LẦN TRỞ LẠI

1.

NƠI NGÔI NHÀ QUEN THUỘC VÙNG KINGWOOD, sáng nay có mưa làm mờ mịt chỗ ngồi. Hiên ngoài vắng vẻ một lời chim, để chiếc lá nằm lâu trên lối đi quên cựa mình thức giấc. Đã có những ngày giông bão ghé ngang vai. Và mùa đông cũng ghé lại.

Mỗi rét mướt làm cho người ta cảm giác được ngồi một mình là một hạnh phúc. Người đàn bà đã bỏ đi. Chỗ ngồi lạnh ngọt hơi sương cùng mùi hương thể lẩn khuất quanh đây. Ly cà phê cạn khô không còn một giọt. Có màu son môi nhạt mờ trên miệng ly như một cầu chứng nỗi buồn. Tôi gõ xuống mặt phím những ý nghĩ lộn xộn đang có trong đầu. Nghe từng cơn mưa ngổn ngang bay qua cuộc tình lặng lẽ.

Nàng có thói quen uống một hơi phần cà phê của mình trước khi đứng lên đi vào phòng vệ sinh. Sương mù như một ám ảnh đậm màu quá khứ. Mùa đông của thời niên thiếu đi qua cánh đồng hoang để trở về nhà. Chiếc nón vải đội lệch trên đầu và cặp sách sau lưng. Tôi nhớ tôi đã vừa đi vừa tìm những con dế trong đám cỏ và đôi lúc để quên một vài món đồ cầm trong tay. Có khi là một bình mực hay một cái bông vụ. Ngày hôm sau trở lại thì những thứ đó không còn. Tôi ngơ ngẩn vì tiếc và vì sợ bị đòn. Những chuyện không đâu nằm chặt trong tuổi thơ tôi và cũng từ đó, tôi biết yêu những gì vụn vặt, tầm thường.

Hôm nay, trên con đường mịt mùng của những ngày cuối năm, tôi mới thấy rằng cuộc đời được tròn trịa vì chính những câu chuyện không đâu. Chúng nhỏ nhoi, nhưng gắn chặt với nhau trùng khớp. Chúng có khả năng trì kéo một mơ ước đang bay bổng xuống ngang tầm với sự thổn thức của trái tim. Chúng cũng có thể làm cho một hạnh phúc đang trổ hoa trên nhánh cây đời bỗng rơi chạm xuống thời gian nghiệt ngã.

Mọi điều, tưởng như ngọn lửa cứ cháy trong lòng, dù thời gian trôi đi vùn vụt. Người đàn ông già không cần biết những bước chân của mình đi về đâu, mai kia khi chạm đến hai bờ sinh tử. Bởi gió luôn ruổi dong mà đời thì lặng lặng.

Giữa Tháng Mười hai tôi về New Orleans để dự đám cưới của Cỏ May, con gái của vợ chồng nhà văn Quan Dương. Dây là lần thứ hai tôi về thăm lại thành phố từng nổi tiếng cuồng nhiệt vì nhạc *jazz*, vì bia bọt xối xả trên khu phố Bourbon, trong ngày lễ hội Mardi Gras. Nổi tiếng vì những kiều nữ sơn vẽ đủ màu trên cơ thể ít vải vóc che đậy, đêm đêm ùa xuống phố làm tắc nghẽn lưu thông. Nổi tiếng vì những quán cà phê mang màu sắc Paris năm kèn cựa trong những hẻm nhỏ nhìn ra bờ sông mơ màng. Và những du khách mang tâm hồn và phong cách của người *parisienne*, với bánh mì *baguette* và bơ Con Bò Cười.

Lần trước tôi về trong dịp Louisiana được vinh danh là tiểu bang đầu tiên công nhận biểu tượng Cờ vàng ba sọc đỏ. Lần này dài ngày hơn.

Chuyến xe mười lăm chỗ ngồi đưa chúng tôi chạy qua con đường 10 xuyên bang—một trong những xa lộ dài nhất nước Mỹ—qua những sông hồ ảm đạm mùa đông. Không có nắng để nghe trong lòng nhau một chút mông mênh của đời và một chút ấm áp của môi miệng.

Những thân cây gãy khúc nằm rải rác dọc hai bên đường, mang dấu vết nghi hoặc, vì nghe đâu đó dưới sình lầy là những đàn sấu hung tợn, nằm thu mình chờ đợi con mồi.

Xe qua Lake Charles, qua những sòng bài làm chảy máu những tâm hồn ham thích đen đỏ. Cũng tại đây, nghe nói từng xảy ra những cuộc tình trăn trở, chao đảo theo vòng lăn của viên xúc xắc và cuối cùng là chia tay. Thành phố đó đang nằm trên những khúc sông êm đềm nhưng sao lòng nghe đầy sóng nổi?

2.

ĐÊM TRỞ THÀNH MƯA KHI CHÚNG TÔI QUA ĐOẠN cầu dài bảy dặm bắt ngang qua hồ Pontchartrain để ghé nhà Hữu Việt. Đoạn cầu có tên là Twin Spain. Đôi uyên ương của thành phố New Orleans vẫn tươi tắn và nồng nhiệt như ngày nào. Cơn bão Katrina đã từng ghé thăm ngôi nhà của họ vùng Slidell, đã từng cuốn trôi đi những sách vở và làm hư hại quán cà phê Cổ Tích, nơi chứa đựng nhiều chứng tích, nhiều kỷ niệm của nhiều bằng hữu thân thương đến từ nhiều góc trời xa lạ.

Nhưng khi ngồi trong gian phòng ấm áp và nhìn hai vợ chồng cười nói, người ta mới biết rằng, thiên tai đôi khi chỉ làm tăng trưởng niềm tin thay vì vùi dập. Từ trong đổ nát—như đề tựa thi phẩm *"Đứng Dưới Trời Đổ Nát"* của Phan Xuân Sinh, Hữu Việt đã vươn vai đi qua những nghịch cảnh với lòng phơi phới mùa xuân. Người ta sẽ lầm anh vì dáng vóc "oằn oại thư sinh" hay một nghệ sĩ bất phùng thời. Nhưng thực sự đã cho chúng tôi thấy anh là một kiến trúc sư chuyên nghiệp. Với sự đền bù rất khiêm tốn của hãng bảo hiểm và một căn nhà chỉ còn trơ ra những khung vách, anh đã gầy dựng lại một cơ ngơi lộng lẫy làm ngạc nhiên mọi bằng hữu.

Khi những chai bia được bày ra cùng những món ăn đêm mang mùi vị Việt Nam, trong lúc Nhật Nguyễn đi tới đi lui, nhiếp ảnh gia Hữu Việt tâm sự về những tuần lễ đầu tiên sau khi thiên tai chấm dứt, anh và gia đình nằm thu mình trong *trailer* nghe mưa bão mênh mông bên ngoài. Về những mơ ước mệt mỏi, chật chội dường như khó lòng đụng tới hạnh phúc đời thường. Vậy mà họ đã đón chúng tôi trở lại căn nhà đầy đủ tiện nghi mà những ảo ảnh giờ đây trở thành thực tế. Chúng tôi nâng ly chúc mừng chủ nhà, chúc mừng một Christmas và Năm Mới đến sớm bằng những bài thơ và những tiếng hát. Của

Phạm Ngọc. Của Yên Sơn. Của Vĩnh Tuấn. Của Song Vinh. Của Nhật Nguyễn.

Đêm đó chúng tôi cũng chứng kiến những giọt lệ chảy ra trên đôi má hồng đào của Thu Thuyền, một nhà văn nữ thích đùa dù nàng có hơi khó tính (hay để bụng, thù vặt, nhớ dai...) đến từ Dallas cùng Phan Xuân Sinh. Nàng không cầm được nước mắt khi nghe Vĩnh Tuấn ngâm lại bài thơ của người cha thân yêu (là thi sĩ Hoàng Anh Tuấn) vừa qua đời tại California,

Chúng tôi cũng nghe chị Trần Hoài Thư, đến từ New Jersey đọc thơ và bổ sung cho lời thơ là tiếng cười sảng khoái của anh Trần Hoài Thư, của anh chị Phạm Quang Tân. Và còn ai nữa?

Đêm cũng xao động bâng khuâng khi Nguyễn Khánh Hòa đọc thơ của chính anh. Những bài thơ lục bát quen thuộc, như một thương hiệu của anh.

3.

MÙA ĐÔNG, MANG THEO NHỮNG KHÁT KHAO VỀ cùng tiếng gió. Những khao khát mà lúc ngồi một mình trong ngôi nhà của Yên Sơn tôi mới cảm nhận được. Mưa rơi trên tán dù sau hiên nhà, để rồi sau đó dán chặt những xác lá rũ rượi trên sân gạch. Chúng đang nhìn tôi như trách móc.

Đời sống sẽ ra sao nếu chúng ta không còn một nơi chốn để trở về? Cái nơi chốn mang mầm mống một tình yêu muộn màng? Tôi ngồi nghe bạn bè ngâm thơ, ca hát, nơi chiếc bàn làm bằng gỗ sồi đánh *vecni*. Tôi ngồi nghe những âm thanh xô vấp vào nhau sõng soài. Người đàn bà chợt đến lặng lẽ rồi đi không dự báo một lời chia tay. Nàng hiện hữu như một đài hoa trắng lạnh phơi giữa lòng đêm. Và sau đó bay biến như một cơn mưa. Kim Hà là hiện thân của một tình yêu phờ phạc không thể làm đầy một ngăn hồn trống trải.

Làm sao để giải thích thế nào là ngắn ngủi và đầy đủ, một khi thời gian chịu thua trên nhan sắc của một người đàn bà. Kim Hà đang đại diện cho điều đó. Nàng có vẻ nhỏ bé trở lại như lúc ngồi trên xe. Nàng ngồi không xa tôi. Giữa tôi và Kim Hà là chị Trần Ngọc Đóa—người góa phụ nghiêm trang nhưng không gò bó—Không biết ngày xưa chị đẹp như thế nào nhưng bây giờ người ta vẫn nhìn ra ở người phụ nữ đứng tuổi đó vẻ đẹp quý phái, giống như một cành lan. Còn tôi thấy giữa tôi và Kim Hà gần nhau mà có vẻ như ngàn trùng xa cách. Đêm nay Kim Hà ngâm bài thơ Tống Biệt Hành của Thâm Tâm. Nàng muốn gửi đến mọi người đang có mặt về một bài thơ vang bóng hay chia xẻ riêng tôi một dự cảm mà chỉ có nỗi buồn mới lý giải được?

Có một điều tôi muốn viết ra đây, vì nếu không thì sẽ khó có cơ hội để viết. Lả tả những lời thơ rụng xuống trên môi nàng đêm đó là những tro than làm nên quá khứ tôi. Để tôi tự trói mình vào cái khoảnh khắc của đêm đang chan hòa giọng ngâm ướt át của nàng.

Tôi không nghĩ rằng tận cùng trong thanh quản kia là một hơi thở mảnh mai nhưng có khả năng làm nên bão tố.

Trong khi tôi chỉ là một cây sậy yếu đuối che chắn một tâm hồn thương đau. Nàng hiện diện để cầu chứng với cuộc đời này là, sự hiền dịu, sự mong manh, sự dễ vỡ là một điều có thật. Hình như giây phút này bóng tối và rét mướt cũng ngại ngần không dám suồng sã với nàng. Không dám mơn man đậu xuống nơi khoảng trũng giữa hai gò ngực phập phồng.

Không phải cách đây vài tiếng đồng hồ, nơi tiền sảnh của gian phòng tiệc cưới của con gái Quan Dương và Thu Ba, nàng đã làm sửng sốt mọi người với một nhan sắc bốc lửa. Trên những bước đi mê hoặc của một con sơn dương, là một đôi mắt xanh thẳm màu biển có khả năng làm chấn thương mọi tấm lòng trần tục. Vượt lên tất cả và rõ rệt hơn hết là đôi môi màu phượng cháy đang cong vút gió mùa. Chiếc váy màu đen san sẻ cho đời thường những nghi ngại vì đôi chân thấp thoáng màu da thịt. Nàng để lại sau lưng nàng những tia nhìn thán phục và ngưỡng mộ từ các cô gái phù dâu.

Rồi lá sẽ nằm chết trong mùa đông. Rồi Kim Hà sẽ khác xưa vì cuộc đời vẫn vậy. Nàng mỗi ngày đi qua đường phố Houston cùng với tấm lòng bình an như chưa hề đem giông bão ném lên vai người khác. Những quán xá, tiệm ăn vùng Bellaire sẽ xô giạt theo bước chân nàng. Và những người đàn ông khờ khạo sẽ cam chịu thân bại danh liệt ngã xuống. Riêng tôi, tôi biết rằng tôi và Kim Hà suốt đời như hai vòng cong sai lệch, dẫu cố tình gán ghép cũng không làm tròn trịa một vầng trăng...

4.

NEW ORLEANS ẤP Ủ TRONG LÒNG KHÁCH VÃNG LAI những quá khứ cháy bỏng như một vết thương. Thời gian qua, kể từ sau Tháng Mười năm 2005, sau khi cơn bão Katrina chôn vùi nhiều giá trị mà một thành phố đã từng gầy dựng, rõ ràng là New Orleans đang có vẻ hồi sinh. Dù khó tính đến mấy đi nữa, chúng ta cũng phải công nhận là mạch sống tại đây đang đập những nhịp đập mạnh mẽ.

Thời gian chúng tôi đi dạo một vòng khu Uptown và phố Algiers là buổi chiều ngày thứ bảy. Nắng vàng như mật rớt xuống từng góc đường trong khi cái lạnh se sắt giống như một ngày Tết ở quê nhà.

Dòng sông Mississippi uốn khúc bao quanh một bến cảng sầm uất ghe tàu. Đâu đây tiếng còi tàu rền rĩ thôi thúc những bước chân tìm về nhau. Khung trời có chỗ xuống màu chì. Những chiếc xe ngựa nhiều chỗ ngồi có mái cong chở du khách đi xem một vòng thành phố. Những ngã tư không đèn mà nơi đó xe cộ nhích lên giành giật từng thước đường. Thời gian không có nghĩa gì tại đây. Và người ta cũng không màng đến những đồng bạc bỏ ra cho một phòng vệ sinh nào đó.

Buổi chiều bốc lên mùi cà phê khi chúng tôi đi gần đến khu Du Monde. Khó khăn lắm mới tìm ra chỗ đậu xe và cùng đi đến quán cà phê nổi tiếng gần hai trăm năm nay. Câu thơ *"ngựa xe như nước áo quần như nêm"* của Nguyễn Du ghi nhận đúng vào hoàn cảnh này...

Qua cách phục sức và tiếng nói riêng của người đi dạo, đã biểu lộ gần hết những quốc gia trên toàn thế giới đã quy tụ về đây. Tất cả đều háo hức, sôi nổi trên từng bước chân của mình. Dù mới chỉ khoảng hai mươi phần trăm du khách đổ xô về và khoảng bảy mươi phần trăm cửa tiệm mở cửa lại, nhưng người ta có cảm giác đời sống đang tươi mới mỗi giây phút. Trên cao, dưới những *balcon* cũ màu thời gian, những màu sắc xanh đỏ tượng trưng cho một mùa Lễ Chúa Giáng Sinh đang ôm trong lòng nó những cơn gió no đầy. Cũng từ nơi đó, những gác trọ nhìn xuống lòng phố chật hẹp, những cây tật lê và cây dẻ bộp hoang đang phơi phóng như tấm lòng thiếu nữ.

Vài họa sĩ vẽ chân dung cắm cúi vẽ bằng bút chì than bên cạnh những con chim dạn dĩ. Những khung giá thô thiển và vấy bẩn màu sơn nhưng từ mặt vải toát ra sự bình an của trái tim và mùi vị của hạnh phúc. Vài cô gái đứng yên với khuôn mặt của một người mẫu thạch cao trang bị thêm đôi cánh Thiên Thần. Họ đang chờ đợi những bộ hành ghé lại, bỏ vài đồng bạc vào trong thùng tiền và họ bất ngờ cúi xuống làm lễ ban phước. Hành động của họ làm kinh ngạc không ít người qua đường, trong đó có chúng tôi.

Chúng tôi đi vòng quanh đường Bourbon, một trong những con đường huyết mạch của phố, vừa đi vừa trông chừng lẫn nhau vì sợ đi lạc.

Cuối cùng thì chúng tôi thấy mình đang ngồi trong quán cà phê Du Monde. Trên một vài bàn mà khách ngồi uống vừa bỏ đi, những con chim bồ câu bay xuống mổ những bột bánh vung vãi. Nguyễn Khánh Hòa và Phan Xuân Sinh ngồi đồng từ trước để dành bàn. Chúng tôi kéo mấy chiếc bàn lại gần nhau để có đủ chỗ ngồi. Đa số người chạy bàn là các sinh viên Á Châu, mà nhiều nhứt là Việt Nam—họ làm thêm cuối tuần để kiếm tiền đi học—Thực đơn chính và nổi tiếng tại quán là cà phê đen và bánh *beignet,* một thứ bánh làm bằng bột mì có bỏ đường, giống như bánh tiêu của Việt Nam, nhưng nóng giòn và ngào ngạt mùi vị hơn. Điểm đặc biệt của quán cà phê Du Monde là pha chế theo cách Pháp và trên bàn không có đồ gạt tàn thuốc. Khách yên tâm hút thuốc thoải mái và tàn thuốc tha hồ rơi xuống đất. Không làm *"phiền lòng hàng xóm…"*

5.

NHỮNG ĐIỀU NGẪU NHIÊN LÀM ĐẬM NÉT chuyến đi của chúng tôi. Những người đàn bà trên xe luôn chờ đợi những câu nói vô tình của người bạn đồng hành để cười.

Chính vì vậy mà con đường 10 East từ Houston đến New Orleans dài gần tám tiếng đồng hồ không có vẻ gì là xa. Những địa danh Baton Rouge, Lafayette được vượt qua dễ dàng đồng thời làm bay bổng mọi trái tim già nua và làm nhẹ đi "hành trang thiên lý".

Yên Sơn lái xe suốt hai chặng đi về không nghỉ, vừa lái xe vừa nghe thiên hạ nói chuyện tiếu lâm. Anh chị Trần Hoài Thư và anh chị Phạm Quang Tân, vợ chồng Vĩnh Tuấn cười nhiều nhất. Chị Trần Ngọc Đóa và Kim Hà thì mãi đến chặng về mới bung ra hết tấm lòng của mình. Tôi tưởng nghịch cảnh và cô đơn làm cho người ta bớt đi tiếng cười. Nhưng không phải như vậy.

Tôi nhớ đến những tranh cãi hào hứng của những phụ nữ trên chuyến xe khi qua cầu Con Cò, khi vào địa phận New Orleans. Đến những câu nói mang nhiều ẩn ý. Những câu đố tục giảng thanh. Những gán ghép với nhau như mới qua thời son trẻ. Như lúc Kim Hà thấy Vĩnh Tuấn nằm ngủ trên xe nhưng miệng mỉm cười, nàng nói: "Ngủ mà biết cười. Chắc được Mụ Bà dạy..."

Bây giờ trong căn phòng lặng lẽ nơi đường Heatherglen, cùng cái rét mướt bên ngoài, tôi nhớ lại dễ dàng những gì đã diễn ra. Tất cả giống như một đoạn phim ghi xuống từ một đạo diễn không qua một trường lớp nào nhưng nội dung chuyên chở đến người xem một thông điệp đơn giản. Là Thượng Đế cho chúng ta rất nhiều. Dù đôi khi Ngài có lấy lại, nhưng lạc thú vẫn nhiều hơn nỗi buồn, và tùy theo cách đón nhận, mỗi người sẽ tìm biết được giá trị đích thực của đời sống này.

Tôi học được một hạnh phúc, vớt lên từ nỗi cô đơn của chính mình. Đêm ùa về thềm *garage* bên ngoài những lời gió, buồn như giọng ngâm thơ của ai. Tiếng khàn đục thoát ra từ thanh quản sũng ướt mưa nắng của đời. Giọng ngâm đôi lúc nũng nịu, níu kéo một thời vàng son, khiến người nghe là tôi không làm sao hiểu nổi nàng muốn nói lên cái tiếng lòng nào:

"đưa người ta không đưa sang sông
sao có tiếng sóng ở trong lòng?"

Tôi cũng học được bài học từ người bạn trẻ Song Vinh, đến từ North Carolina. Anh là một người khách đơn lẻ trên đường đến chung vui với vợ chồng nhà văn Quan Dương. Ngay cả Phạm Ngọc cũng vậy. Họ như hai chiếc bóng đứng bên đường nhìn những chặng xe qua. Rồi trở về căn nhà của mình với niềm đau kiêu bạc. Họ là những thi sĩ trẻ của một thời tan hợp, nhưng lòng già dặn những vết thương. Chính vì vậy mà cả hai biết chia sẻ và bao dung để những câu thơ chín mùi trưởng thành và già nua cùng năm tháng…

TRẢ LỜI MỘT THẮC MẮC

1.

NHIỀU KHI, NHỮNG TÂM SỰ TỪ BẠN BÈ, GỢI CHO TÔI một vài cảm hứng. Như những lời "đường mật" của bạn tôi sáng nay. Anh viết về tôi rõ ràng giống như một vầng trăng vừa dọi xuống những góc đời mòn khuyết.

Mùa thu, buổi sáng có sương mù bám trên kính xe. Hé kính xe xuống một chút là nghe lạnh ùa về.

Và tôi lái xe đưa nàng đi làm (một tuần chỉ có ba ngày cuối tuần thôi mà.) Những nỗi đau trong tình yêu, những mất mát trong quá khứ đã gắn kết chúng tôi để cùng chấp nhận đi về phía của đời nhau. Phía những cơn mưa từng làm khát trong nhau từ thuở trước.

Từng hơi thở của mùa màng đi qua phố đông, từng sáng mưa, chiều nắng. Có tiếng chim hót vào tim và bên cạnh nàng tôi nghe tình yêu đang cựa mình.

Một lần nào đó, đến rước nàng về tôi tình cờ gặp The Little Darlin'—chữ Darling không có G, mà thay vào dấu (') Quán mang cái tên ngộ nghĩnh và gây cho khách đi ngang một sự tò mò.

Khi tôi ghé xe vào, người bảo vệ ngồi trước cửa yêu cầu cho xem ID. Tôi trình cái bằng lái xe có khuôn mặt già nua của mình và cảm thấy hơi phật lòng, hắn nói:
"Công việc của tao ngồi đây chỉ có bao nhiêu đó thôi. Mầy thông cảm đi."
Thông cảm thì được rồi nhưng trong bụng còn ấm ức.

Vào quầy kêu một chai bia Lone Star, ra ngồi ở bàn ngoài sân sau, uống một hơi lấy lại bình tâm, lấy *phone* gọi cho Nguyễn Khôi Việt—vì chỉ có người từng một thời điều hành một tiệm ăn ở khu French Quarter tại New Orleans như anh mới có thể cho tôi lời giải thích—rằng "tại sao già như vầy mà vào quán bia còn bị hỏi giấy?"

Anh trả lời:
"Chỗ của mình ít khi có chuyện đó," và anh cho tôi một lời khuyên: "nếu họ kỳ thị như vậy thì đừng nên tới, anh ạ…"

Sự thật không phải kỳ thị vì ai lạ vào cũng đều bị hỏi giấy (giống như… một quán bia bọt có ôm ấp trá hình ở Sài Gòn.)

Và nếu nghe lời bạn tôi thì tôi đã không ghé lại lần thứ hai. Lần ghé sau này không bị hỏi giấy.

Có vài dây leo dại bám trên những kẽ nứt trên bờ tường xi măng, che gần hết những nét chữ mang dáng dấp ngọt ngào và mũi tên chỉ vào cánh cửa nhỏ. Bước lọt qua cánh cửa nhỏ đó, người ta mới thấy cái quyến rũ mà bên ngoài không thấy.

Tiếng nhạc nhẹ trầm lắng bên tai, và phải đứng một hồi lâu khách mới thấy được rõ ràng khung cảnh bên trong. Quán không phải là một hộp đêm thường bắt gặp trên các đường số năm, số sáu ở dưới phố. Người chủ của nó cũng không cần màu mè quảng cáo bên ngoài. Nó giống như một ngôi nhà của một ông già bà cả nào đó trong làng thích mở ra bán chơi, mà bất cứ người hàng xóm nào cũng có thể ghé thăm bất kể mọi giờ giấc. Chỉ cần đẩy nhẹ cánh cửa bước vào phía trong là sở hữu ngay một bình yên riêng rẽ. Và, nơi đó, tôi thấy cả vài người khách đem theo thú cưng cùng con nít nhỏ. Vài đứa chạy lẫm đẫm, vài đứa còn đai trước ngực, hoặc bồng trên tay. Nơi đó, khách cảm giác quán là căn nhà thứ hai của họ, sau một ngày làm việc mệt nhọc trong sở làm. Và thời gian sau đó thì rộng dài mênh mông.

2.

TÙY THEO MÙA, CẢNH VẬT MANG MÀU SẮC KHÁC nhau. Tôi đi qua những màu sắc như vậy để đến ngồi cùng một chiếc bàn và đôi khi ngỡ mình đang bay trong một giấc mơ của nàng. Có trái dâu chín đỏ và mùi quế hương trên miệng ly, cùng lúc có tiếng gió thầm thì bên tai như nụ hôn ve vãn. Có tiếng xiêm áo vừa lướt qua, có tiếng chân ai đó chạm nhẹ trên thềm và thả một chút buồn vui mơn trớn. Chiếc *laptop* trước mặt và chai bia vàng vọt màu nắng, tôi viết được nhiều cùng những buổi chiều đẹp như thế này. Không có nhiều người vì chưa đến giờ cao điểm. Nơi góc phố ngoài kia, vẫn cây sơn táo hết mùa rồi mà vẫn ra hoa. Những dòng xe đi về nơi cuối trời, hình như ai đợi mình ở đó?

Để coi, còn một điều tôi muốn kể ra đây—Hình như đến thời điểm này chỉ có tôi là người Việt Nam duy nhất—vào ngồi một mình nơi chiếc bàn quen thuộc (có ổ cắm điện nơi chân tường.) Có một lần, đến quầy, người bán hàng thấy tôi đã tự động khui sẵn chai bia, và xua tay ra dấu kêu tôi đừng trả tiền. Tôi ngạc nhiên nhưng cũng nói: "cám ơn!" Một chai bia bình thường họ tính ba đồng. Đôi khi hai đồng… (nhiều lúc tôi không biết giá chai bia thực sự bao nhiêu nhưng giữa thời buổi nghỉ hưu, đỡ đồng nào hay đồng đó.) "Tình cho không biếu không" là chuyện ít khi ở Mỹ. Không phải chỉ một người bán hàng "từ chối" lấy tiền mà đôi khi người khác cũng vậy.

Mùa cúm Tàu, một buổi chiều buồn tình tôi ghé qua cầu may, coi tiệm có mở cửa hay không. Tiệm vắng vẻ như mọi tiệm khác trong thành phố. Cơn nắng mùa hè làm khô héo vạt cỏ bên hông quán. Tôi đi qua một sân cát bụi bặm, chưa gì đã hình dung một tờ thông báo dán trước cửa, định nghĩa cho một lời chia tay. Quán không có vẻ gì là có khách ngồi bên trong, vì dòng chữ "Order and to go" đập vào mắt.

Tôi quay trở ra, trong bụng thầm nghĩ, uống bia mà *"to go"* làm sao mà uống? Vừa nghe sau lưng có tiếng gọi:

"Sir, come in… please!"

Quay nhìn lui thấy cô *manager* đuổi theo sau và đang ngoắc tay mời vào. Cô nói, qua khẩu trang câu gì đó không rõ (ý chắc cô nói khách quen mà…) Nơi quầy, vẫn có người đang pha chế. Tôi mừng húm kêu một chai bia, ra vườn sau. Lác đác vài ba người ngồi. Họ vừa uống vừa trầm tư. Tất cả đều không che miệng.

Đó là khoảng giữa Tháng Năm, năm 2020.

3.

TẠI SAO TÔI CỨ NÓI VỀ ĐIỀU NÀY? VÌ TỪ NƠI ĐÂY, tôi hoàn tất những truyện cuối của *"Chia Tay Tình Già"*. Và cũng từ nơi đây, tôi thử mày mò *layout* tập truyện một mình.

Suốt một mùa dịch, tôi không muốn cam chịu sự tù túng. Trong căn nhà vừa mới mua chung với con gái, đôi lần tôi xung đột với người bạn trai mới của nó. Ngoài một khoảng không gian ít oi là phòng ngủ riêng và một khoảng không gian khác là nhà bếp tôi không còn chỗ nào để viết xuống. Trong khi cái đầu của tôi đang có vấn đề. Ngoài vườn, nơi có bãi cỏ còn mới, những cây hồng chưa kịp lớn. Ngay cả những con chim cũng chưa kịp hót những giai điệu ngợi ca mùa màng.

Tưởng cuộc sống bị bế tắc như vậy vì cơn dịch kéo dài lâu quá. Quy định che mũi của chính phủ làm tôi khó chịu vì ngộp thở. Điều đó khiến tôi không thể mang khẩu trang lâu hơn vài phút. Mà có việc cần đi ra siêu thị, tiệm quán thì không nơi nào cho mình tự do hít thở, bắt mình làm dân Hồi Giáo đúng nghĩa. Nhiều buổi sáng tôi cùng nàng chạy xe tìm một quán cà phê có mở cửa và cho phép được vào ngồi bên trong. Đó là một thói quen yêu thích nhiều năm rồi, từ một chỗ ngồi yên ả như vậy, chúng tôi ngồi nhìn qua vai nhau, thả một chút buồn vui hớn hở ra khoảng không gian khoáng đạt bên ngoài. Những con đường mông lung như những vạt khói hanh màu. Để biết và thẩm thấu hạnh phúc nào cũng mang đầy đắng đót.

Tháng Bảy, có vài quán cà phê Starbucks mở cửa. Buổi sáng tôi không còn chạy đôn chạy đáo kiếm cho mình ly cà phê. Nếu không có nàng, tôi sẽ uống một mình, và cũng có thể viết một cái gì đó, hít thở tự do những thước không khí trong lành, không bị che chắn.

Như vậy, chúng tôi đã đi qua những kinh nghiệm mùa dịch và hết còn tin vào những gì mà truyền thông loan tải và tuyên truyền. Chuyện con cúm Vũ Hán đưa đến chuyện trùm mền nằm trong nhà là cú lừa của thế kỷ.

4.

MỚI ĐÓ MÀ ĐÃ GẦN MỘT NĂM. CUỘC ĐỜI ĐẮM SAY hôm qua và, tôi giống như một ông già nhà quê tìm về những trang cổ tích. Trong đó, những tình yêu in dấu màu son môi, những trượt chân té ngã xuống đời nhau và những cơm áo níu chân mỗi ngày qua phố, như những câu truyện truyền kỳ…

Cám ơn người bạn ở Slidell.
Chắc mùa thu này gió sẽ đem nỗi buồn đi mất.
Trong chiếc quán mang tên "người tình bé bỏng," thực ra tôi thấy mình bé bỏng hơn. Vì từ nơi đây tôi để quên một mùa tươi non mơ ước. Như một tờ hóa đơn viết vội để quên trên mặt bàn trầy trụa màu đời.

Những người đàn bà đi qua đời rồi cười. Có mấy ai dừng lại? Cũng từ thời gian này, tôi phát giác ra phụ nữ Mỹ ở miền South đẹp hơn miền North(?) Vài ba phụ nữ tóc vàng mắt xanh vượt qua chiếc bàn tôi ngồi. Họ cũng hân hoan tìm kiếm cho mình một góc chiều một góc đêm từng rối mù kỷ niệm. Những chai bia họ cầm trong tay cùng những bước chân hăm hở. Những lưng eo cong vút ghì kéo mùa thu trôi đâu đó dịu dàng. Những bờ ngực ít che đậy trắng muốt, đang phập phồng, rúng rẩy.

Họ giống như những người mẫu không cần ngồi trước ống kính vẫn đủ làm kinh động một mùa màng...

THÁNG BA, MỘT GÓC PHỐ QUÊ NHÀ

1.

"Như đóa hoa vừa ngậm sương đêm
Mắt mở thầm giữa muôn lá khép
Em đứng yên bên cạnh mặt trời
Tóc xõa hồn nhiên
Cơn sóng vỗ hồn anh mệt đuối."

(1974)

BÀI THƠ CHỈ NGẦN ẤY CÂU, CÓ TỰA LÀ TRINH NỮ, viết trước những ngày mất nước, được đăng trên trang thơ của nhật báo Sóng Thần của chị Trùng Dương.

Đó là những ngày rong chơi, sau giải ngũ về. Đó là những ngày nghe tin biến động dồn dập trên những trang nhất của báo chí Sài Gòn.

Gặp Thượng Thuật Ngô Văn Châu (không nhớ là còn có thêm ai không). Châu nói:

"Phạm Ngũ Yên vừa rồi có bài thơ hay. Mình thích."

Ngô Văn Châu có cách nói chuyện, thường đem hết họ tên người đối diện ra xưng hô.

"Vậy sao? Chỉ có mấy câu mà?"

"Nhiêu đó đủ rồi. Đôi khi cảm nhận một bài thơ hay một bản nhạc không phải vì bản nhạc đó nghe thật hay, bài thơ đó dài hay ngắn, mà bởi vì những lời đó viết thật giống chính mình." Châu tiếp.

Mỗi thanh xuân đều có câu chuyện. Mỗi câu chuyện đều có hối tiếc. Cả tôi và Châu chắc cùng có những hối tiếc về một quá khứ hào hứng, ngông cuồng. Cùng giống nhau khi một tình yêu đã rời khỏi tầm tay?

Tôi giải ngũ về cùng với thương tật trên cánh tay phải sau gần mười năm lính tráng. Một tình yêu coi như đã quá vãng khi còn trong Trường Truyền Tin. Còn Châu cũng không khá hơn gì. Một bộ đồ bà ba đen cũ mòn của thời Xây Dựng Nông Thôn chắc sẽ không đủ làm tươi mới lại mảnh vườn hồi hương.

Đã từng có nhiều sớm mai thức dậy nghe những miếng nắng chạm vào tim. Ai đã nói rằng nơi tình yêu kết thúc, cũng chính là nơi nó bắt đầu.

Một ngày nào đó tôi không còn đi về phía của em. Nhưng nỗi nhớ thì không dễ gì dấu được. Ai vội lãng quên một thời hàng vạn que diêm thắp hoài vẫn không thành hình một tia mắt? Có người trở về nghe kể chuyện buồn vui. Có người đi ngang qua đời nhau quên cả cái giật mình khi mắt chạm phải một hình dáng thân quen. Rồi mạnh mẽ bước đi không nhìn lui, để lại đằng sau đôi mắt tròn đen và một cửa biển ngày chạng vạng. Những chấn song từng giam nhốt ký ức và cả một mùi hương.

Austin đang mưa sáng nay. Mưa từ sáng sớm khi tôi bước vào ngồi trong quán đến bây giờ uống đến ly cà phê thứ hai vẫn còn mưa. Từng hạt nặng rơi trên sân quán làm trắng xóa một thềm *parking*.

Cơn mưa mới đó đã đổ nước vào lòng phố. Cùng cái lạnh theo gió thổi về từ đâu đó trên những thành phố khác, đang bão...

2.

XA VŨNG TÀU BA MƯƠI HAI NĂM. XA ĐÀ LẠT BỐN mươi chín năm. Những ký ức xưa âm thầm đứt gãy. Những ngày lang thang sau khi cầm giấy giải ngũ về, đi qua Nhà Thờ Con Gà, mưa cũng đang kéo về mờ mịt góc đường Hai Bà Trưng. Vội chạy vào quán cà phê bên cạnh trường Trí Đức, để đếm nhịp mưa rơi, để thấy mình ngu ngốc như thế nào—giống như lời bài hát *"Rhythm of The Rain"* của The Cascades lừng lẫy một thời.

Nếu một ngày không muốn kể ai nghe về những chuyện nhớ quên cùng những rạc lòng đi qua những phù du tuổi trẻ... qua những ngày vui chưa vui mà nỗi buồn ập đến?

Nếu một ngày nào hết còn làm thơ, hết viết xuống những điều lãng mạn, nhưng nghe một tiếng cười vu vơ đã nhói đau lồng ngực? Nghe thời gian đang làm rớt rơi tờ lịch, trong khi môi đã chạm vào nỗi buồn. Có những hình ảnh mà suốt đời không thể quên. Có những lòng đường thênh thang giờ đã thành ngõ cụt. Không còn những bài hát cháy màu tuổi thơ vì trót giam giữ đời nhau trong đó. Từ cái đêm giã từ biển tôi đi.

Tháng Ba năm 1991 tôi đặt chân đến Hoa Kỳ. Lúc đó tôi chưa thấy kịp cây anh đào nở hoa vì chỗ ở nằm trong khu chung cư, không gần *downtown*. Mãi đến một năm sau tôi mới có dịp đi xuống phố bằng xe buýt để thấy hết cái diễm lệ của một màu hoa trên đất nước định cư.

Tháng Ba năm nay, thời tiết Mỹ cũng bất ngờ kéo theo những biến động cũng bất ngờ. Đường phố vẫn hồng rực màu hoa anh đào hai bên đường. Vẫn màu nắng chói chang phơi phóng sự lãng mạn ngọt ngào, nhưng màu hoa trước trụ sở 3003 đường Tasman Drive ở Santa Ana, California vừa mang một trải nghiệm đắng chát, khi sáng thứ sáu vừa rồi (10/3/2023) ngân hàng Silicon Valley Bank, ngân hàng dành cho giới nhà giàu, tuyên bố đóng cửa, là ngân hàng lớn thứ hai, sụp đổ sau ngân hàng Washington Mutual Bank, kể từ năm 2008.

3.

THÁNG BA, HOA BLUEBONNET CŨNG ĐẾN SỚM, trong khi hoa anh đào chưa kịp tàn. Ai đó đã nói đủ nắng rồi, hoa sẽ nở. Nhưng những vòng xe chạy theo những mùi hương quen đã bắt đầu bội bạc. Mọi tiếng nói của hoa, cũng như mọi tình yêu tự nó không cần một lời giải thích...

Sau một giấc ngủ đau, sáng nay ngày vẫn mượt xanh vì cảm giác mình đã không còn thuộc về ai. Có thật vậy không? Nhưng có điều đáng buồn là, ai rồi cũng phải già đi. Ai cũng phải sẵn sàng để tuổi trẻ mình lại phía sau rồi. Khi một người đàn bà khóc thì đừng cố gắng mà lau. Hãy để yên những trang sách đời đang còn vài trang cuối chờ lật qua. Chỗ ngày xưa tôi đứng, những góc đường phân chia hai chiều bằng những vạch vôi màu trắng — biển vẫn xanh và tôi vẫn chưa kịp về nhìn lại—bông sứ sáng đó một mình khép nép rụng xuống hành lang dẫn vào quán. Lòng người đàn ông chùng xuống. Mặt trời giấu kín sau những mái nhà cao tầng quay nhìn ra biển. Nơi ngày xưa có cầu đá và khu đậu thuyền của ngư dân đánh lưới trở về. Nơi đó, những người có cả một đời để đợi chờ nhau. Những nỗi buồn đã vàng và những tiếng thương dài chạm đến hai đầu ngọn núi.

Người đàn bà sáng nay để đôi chân trần giẫm lên một ước mơ. Những móng chân trau chuốt một thời chưa kịp giận hờn sỏi đá. Hãy giữ riêng cho mình một màu trời ấy trong veo, một màu áo thênh thang và tiếng cười rạng rỡ. Có ai đứng đợi nàng phía kia, một góc quán giờ đã không còn chủ cũ. Những gốc bàng trước nhà bưu điện nhìn ra một hàng biển rộng. Những cây dừa lao xao ngày xưa. Chúng đang chờ những đứa con trai bước vội ra đời tập làm người lớn, quay lại.

Vị trí này em sẽ để nguyên, đợi tôi về nghe một lòng vỡ nát. Những điều đúng sai hãy để trái tim thét gào thay cho một lần suýt ngã?

Một bài thơ cũng có mấy câu, của tác giả Yên Tan, sáng nay đọc mà buồn vì thanh xuân đã lùi xa về bên kia vạt núi:

"Cuối chân trời sóng và gió hôn nhau
Cát lặng lẽ đứng nhìn rơi nước mắt
Một mai kia sóng về trong mệt nhọc
Ngủ bên bờ... sóng biết cát đau không?"

VỀ MỘT GÓC ĐỜI

tặng người thơ dại…

TÔI TỪNG CÓ MỘT LẦN RA ĐI ĐỂ KHÔNG BAO GIỜ trở về Bảo Lộc. Những góc phố ướt mưa vẫn nằm im không cựa mình trong ký ức. Tháng Giêng rét mướt màu cúc núi hai bên đường. Tôi đi qua chiếc quán cà phê của tôi và nàng đã từng có thời ngồi với nhau. Chiếc quán khuya có màu đèn thoi thóp trên những mặt bàn hai chỗ ngồi. Bông cúc trắng nghẹn ngào nhô mình trên hành lang hẹp. Cuối đường mơ hồ tiếng máy xe và những cụm khói đằng sau ống bô, như vệt sương vừa xa rời một cánh rừng nghiệt ngã.

Đêm giao thừa trống trải một giấc mơ. Tôi đi qua một mùa rét Tháng Giêng nghe hơi thở mùa xuân ngỡ ngàng lên tuổi thơ, như năm nào tôi vào đời vẫn vậy. Đường phố mang một dáng vẻ quen thuộc. Nhưng nàng vừa rời khỏi tôi để mang trên vai một tình yêu khác. Người đàn bà nồng cháy một thời, như một vệt lửa trong lò, nhưng tình yêu đã thành tro than, tắt ngúm.

Bên kia hồ Đồng Nai Thượng, những ngôi nhà chìm trong sương. Những lan can quanh quán vươn mình in bóng xuống mặt hồ, như níu kéo một lầm lỡ. Khu Chợ Mới chưa kịp thức, còn ngái ngủ, nơi ghi xuống một quá khứ và tuổi thơ nàng ngày hai buổi đi học về. Màu áo len tím nhức nhối như sông buồn. Ngày gặp nàng tôi giống như đứa trẻ không muốn trưởng thành, mặc kệ những buồn vui bốn mùa, chờ đợi trái tim rung lên những điều thật lạ.

Quán cà phê đồng thời có bán cả kem, mang tên Anh Đào, nơi tôi thường ngồi đồng mỗi đêm, và con đường Tự Do bên ngoài chạy đụng tới trường học của nàng. Ngày đó người ta mới vừa khánh thành bức tượng "Kinh Thượng Một Nhà" trước mặt nhà Bưu Điện. Khu nhà tiền chế dùng làm trại gia binh và hàng rào kẽm gai sơ sài, nơi từng ẩn giấu một tấm lòng giản đơn của một người lính. Những trụ *anten* cao vút tưởng chừng vói đụng những vì sao và nơi hầm gác làm bằng những bao cát, thoáng có tiếng ho khan của người lính.

Khi những ly cà phê chờ được đem ra, những đôi tình nhân đang ngồi bỗng muốn sát vào nhau. Có nghĩa là mùa đông đã đến bên ngoài. Có những dòng xe đi về hối hả. Có những chiếc áo phong phanh không ủ hết tình yêu dại khờ.

Bài hát cũ, nghe quen và sáo mòn chạy đuổi từ bàn ghế, chỗ ngồi và quấn quít trên những tường vách mù tối. Bài *Đoạn Tuyệt* ngày đó *"sến"* không thể tả, không biết của ai, nhưng nghe riết rồi nhập tâm và thuộc lòng: *"Một mai em có đi lấy chồng... vòng tay ân ái thay hình bóng...*

xác pháo tươi hồng như trái tim... êm ái trao lòng tôi vết thương... em biết chăng em?"

Mùa xuân này tôi trở về một nơi mà nhiều chục năm trước tôi bỏ đi. Nhìn lui lại Chợ Mới theo quán tính. Nhưng không thấy kịp hết vì cảnh vật lạ lẫm. Nhà Thủy Tạ mô phỏng theo nhà Thủy Tạ ở Đà Lạt vẫn còn. Nhưng quán cà phê Anh Đào không thấy đâu. Buổi chiều mờ ảo những giá rét. Bốn mươi ba năm có một người xa thành phố trở về làm khách lạ. Con tim muốn bay ra khỏi lòng ngực để gia nhập lại những nẻo đường, những góc phố. Hoa quỳ vẫn nở vàng nhưng sắc màu đã im nhạt và lời bài hát xưa nghe nghẹn từ lúc nào. Đằng sau những bão giông là một giấc mơ già nua. Đằng sau những lời hứa là bổn phận. Tiếng gió gõ nhịp và đuổi theo bánh xe như những lời đắng cay. Tháng Hai hối hả một màu son trên môi. Giọt cà phê nghe đắng chát nụ cười.

Cho đến bây giờ tôi mới vừa nhận ra một điều giản đơn là năm tháng rất dài và khó hiểu. Và tình yêu không đủ biện minh hay để giải thích một tan vỡ. Cũng như không kịp đi hết một chặng đường...

NHỮNG CÂU HÁT CỦA MỘT THỜI KHÔNG NGỦ

Những người yêu nhạc miền Nam trước năm 1975 đều biết các bài hát Thu Vàng, Hoài Cảm, Hương Xưa của Nhạc Sĩ Cung Tiến. Những bài nhạc đầy quyến rũ mà cho tới giờ phút này vẫn còn làm mê hoặc và thổn thức hàng triệu trái tim. Nhưng điều kỳ diệu là những tác phẩm trên được tác giả sáng tác trong lúc đang độ tuổi còn rất trẻ—

Cung Tiến tên thật là Cung Thúc Tiến, sinh ngày 27 tháng 11 năm 1938 tại Hà Nội. Ông mới từ trần, tháng 5 vừa rồi tại Los Angeles, Hoa Kỳ, thọ 83 tuổi—

Xin cúi đầu kính tiễn ông ...

KHI TÔI GẶP CÔ, BIỂN ĐÃ SANG MÙA. NHỮNG CHIẾC LÁ trong rừng phi lao không còn xanh và những đụn cát đường ra Bãi Sau cũng mòn đời vì gió. Đêm dường như chưa đi hết những con đường và biển cũng chưa từng nghe lặng lẽ.

Tôi không biết rõ họ tên Cô, chỉ quen gọi là Cô Ngọc. Vì Cô là vợ của Thầy Phan Đình Ngọc, là Giáo sư Chuyên Anh đầu tiên từ Sài Gòn về dạy tại trường Trung Học Vũng Tàu.

Một đêm trường có tổ chức cắm trại.

Từ buổi sáng học sinh các lớp đã lũ lượt kéo nhau ra rừng dương Bãi Sau và tìm những chỗ trống có bóng mát dựng lều. Trong khi những học trò trai túa ra mọi phía tham gia những trò chơi hướng đạo thì các cô gái đang thu gom cành khô để nấu nướng và chuẩn bị gầy dựng một bếp lửa đêm.

Rồi cũng hết một buổi sáng, buổi trưa. Những hàng cây cao thấp không đều quay lưng lại nắng chiều và biển. Sóng nghĩ gì mà lặng lẽ? Và biển cũng chẳng ồn ào. Lòng tôi, lúc đó cũng êm đềm và bên tai hình như có tiếng những loài ấu trùng giành giật chỗ ngủ đêm. Tiếng của bước chân giẫm đạp lên cành khô, như mùa màng vừa đạp lên ký ức. Lửa được nhóm lên cùng lúc với mùa hè trôi tuột trên những trang nhật ký.

Đầu đêm, có vài vị giáo sư lên nói về kinh nghiệm dạy học. Về những ân tình thầy trò. Những câu chuyện như những vì sao đêm không có một thiên hà để đến. Và bóng của ai vừa đổ xuống một vạt cỏ ướt mang những tâm hồn trẻ trung rượt đuổi theo nhau về đâu? Mỗi mùa hè là một lần chia tay và hoa phượng vừa đỏ au trên sân trường cuối khóa.

Giữa đêm, Thầy Ngọc đưa Cô đến tham dự lửa trại. Hình như hai người vừa từ một sàn nhảy nào đó trong phố, hay từ một cuộc vui mang màu sắc thượng lưu vì tôi thấy bước chân Cô giống như đang khiêu vũ. Chiếc áo thun đen tròng cổ và chiếc áo khoác màu kem dường như không phải để giữ ấm, nên có một lúc Cô không ngại ngần ném nó xuống cát. Cô kín đáo chào mọi người… Rồi tự mình giới thiệu bài hát. Bài Thu Vàng của Cung Tiến.

Biển vô tình chạy tuột về phía đêm sâu. Cùng bao khuyết tròn giữa cuộc đời thường nhật. Ngay cả nụ cười của Cô cũng chất chứa một heo may. Mùa thu mới vừa sinh ra và sẽ chết đi?

Trong khi tôi tưởng mình cứ giữ hoài vị ngọt tuổi ấu thơ thì đêm đó Cô Ngọc hiện ra—như một nàng tiên—phù phép đời tôi trưởng thành thêm một chút.

Giữa đêm tối mênh mang, lời Cô vang lên như tiếng gió bay qua miền dâu bể, và nỗi buồn tự trôi tuột qua mấy kẽ ngón tay. Tôi làm một cánh chim bay hoài chẳng tới miền cổ tích, có ánh trăng non đẹp đến ngỡ ngàng.

Cô hát dễ dàng và điêu luyện, giống như Cung Tiến làm ra bản Thu Vàng để dành cho Cô hát. Tôi cảm giác được hạnh phúc, nơi những âm thanh thoát ra từ đôi môi mượt mà kia:

"Chiều hôm qua lang thang trên đường
Hoàng hôn xuống, chiều thắm muôn hương
Chiều hôm qua mình tôi bâng khuâng
Có mùa thu về, tơ vàng vương vương…

Một mình đi lang thang trên đường
Buồn hiu hắt và nhớ bâng khuâng
Lòng xa xôi và sầu mênh mông.

Có nghe lá vàng não nề rơi không

Mùa thu vàng tới là mùa lá vàng rơi
Và lá vàng rơi, khi tình thu vừa khơi
Nhặt lá vàng rơi, xem màu lá còn tươi
Nghe chừng đâu đây màu tê tái

Chiều hôm qua lang thang trên đường
Nhớ nhớ, buồn buồn với chán chường
Chiều hôm nay trời nhiều mây vương
Có mùa thu vàng bao nhiêu là hương."

Mười sáu tuổi hồn trong như lá. Mười sáu tuổi chứng kiến thế gian này ganh tị với Cô. Tôi sẵn sàng đổi chỗ tôi hiện có để nhận về một ngày đơn giản. Một ngày có tiếng mưa thầm thì và tiếng chân ai đi qua đời lặng lẽ. Có những ngọn lửa mênh mông và đêm quá rộng dài, nhưng tiếng hát Cô đã là niềm vui lấp đầy một khoảng không gian, một khoảng thời gian. Có lẽ.

Bài hát chấm dứt. Cô cúi chào và trả đêm về cho những yêu thương. Ngày vui đêm vui, nỗi buồn ập đến. Cô cúi xuống lấy chiếc áo khoác và giống như lúc mới vào, Cô nắm tay Thầy len lỏi qua những chỗ ngồi của mấy đứa học trò, lớn–nhỏ…

Cô đi rồi. Mái tóc mộng mị tắt dần theo ngọn lửa. Nhưng đằng sau cái dáng lưng mảnh mai và giam nhốt niềm vui vẫn đang phát sáng tình yêu trong lòng đứa học trò non trẻ…

Tái bút:
Nhiều chục năm sau tại Garland, những đứa học trò miền biển có cơ hội quy tụ nơi nhà của một người bạn. Đêm đó có Thầy Vũ Ôn Đình, dạy Việt Văn. Những đứa học trò già có nhắc về cái đêm lửa trại ngày nào và hỏi thăm sức khỏe vợ chồng Thầy Cô Phan Đình Ngọc. Thầy Vũ Ôn Đình có nói là, hai Thầy Cô bây giờ, vẫn bình an và hạnh phúc...

THÁNG BẢY CÒN CÓ NGƯU LANG

1.

LÚC YÊU TÍM XƯA, BỐN MƯƠI NĂM VỀ TRƯỚC TÔI chưa có những nan đề. Tôi chưa từng nghe hay chạm đến tan vỡ.

Khi buổi chiều kéo theo cơn mưa dầm tạt qua thành phố, cũng là lúc tôi và Tím Xưa về thăm lại Sài Gòn.

Đà Lạt cách xa ba trăm cây số ngàn cũng mờ mịt trong mưa. Dù vậy, lòng hai chúng tôi đang ấm áp từng hơi lửa và tưởng mình có thể gói ghém được tiếng mưa ném bỏ ra ngoài cửa xe. Những ngọn tóc xanh của nàng bay qua mặt tôi, bay qua những góc đường liều lĩnh…

Tôi hôn nàng trong ánh đèn hiu hắt mà mọi căn phòng trọ đều giống nhau. Một bình hoa giả làm bằng vải đặt trên chiếc bàn ngủ và một ngọn đèn nhỏ có chụp che, nó chỉ mang một chức năng làm bớt đi những trần trụi. Đó là hai vật chứng duy nhất, thầm lặng.

Ngày đó tôi hai mươi lăm tuổi trong khi nàng nhỏ hơn tôi tám tuổi. Có những màu đời hời hợt không để lại một chút hương phấn. Nhưng cũng có màu đời đủ đầy những nhớ quên, những điếng lòng. Đến nỗi mỗi cái chạm tay vào thịt da nhau đều ngỡ chạm vào hồi ức…

Từ năm tháng nào chúng tôi đã quên những câu chuyện biển dâu và cuộc đời ngoài kia chắc không níu được áo cơm cùng những lo âu thường trú. Từng trang sách đời lật qua mà chúng tôi cùng chung đọc, nhưng giữa môi miệng cười khóc là hai trái tim đau. Là có những điều chắc không làm sao hiểu nổi…

Tôi mang mùa xuân như vậy trèo lên máy bay, giữa tiếng gầm rú ngoài phi đạo. Mùa xuân sáng ngời hạnh phúc sau mười tám năm dật dờ trong một đổi đời. Tôi định sẽ không muốn nhớ mọi bất hạnh cùng đau khổ trong thời gian qua. Tôi muốn để riêng nó ra một ngăn tim nào đó, sau này sẽ nhớ lại. Nhưng lúc ngồi ngả dựa ra lưng ghế phi cơ, sau khi thắt dây an toàn, mọi hình ảnh cũ đều lần lượt hiện về, như một đoạn phim rời nhiều tập. Ngồi giữa vợ chồng tôi là đứa con gái vừa đúng bốn tuổi rưỡi. Nó đang chờ người nữ tiếp viên phi hành đẩy chiếc xe đựng thức ăn đến.

Lúc chờ chuyến bay nơi phòng đợi, tôi không thấy Tím Xưa. Chỉ có em trai nàng là Minh. Em dúi vào tay một một mảnh giấy, rồi chúc tôi lên đường bình an.

Khi Minh quay lưng đi, tôi mở tờ giấy ghi địa chỉ của nàng ra xem. Những chữ viết mềm và ham hố nghiêng về một phía như ngày nào. Có bao nhiêu lá thư nàng gửi cho tôi suốt một mùa yêu đương? Không có nhiều. Nhưng tôi viết cho nàng rất nhiều, những lá thư mà có lần giận tôi nàng đòi đốt bỏ và nói:

"Chắc đủ để đun nóng một ấm nước pha cà phê!".

Tôi biết nàng chỉ đùa. Không bao giờ có được bếp lửa đó, vì lúc lìa xa tôi tại căn gác trọ ở Ngã Tư Giếng Nước, nàng đã trả lại tôi xấp thư cũ. Những lá thư còn luôn bao bì thẳng thớm được bó chặt bằng dây thun:

"Trả lại anh để anh không còn bận tâm và lo sợ có ngày em sẽ đốt."

2.

TÔI BIẾT THÊM VỀ TÍM XƯA, SAU NÀY, KHÔNG nhiều lắm, do lời kể vội vàng của Minh, nàng tiếp tục thay Mẹ coi chừng tiệm chạp phô ở chợ Bảo Lộc. Thu nhập khá ổn định. Chồng nàng là một giáo sư đang dạy Văn tại trường Trần Hưng Đạo, Đà Lạt. Mấy đứa con gửi học ở nhà một người em trai ở Sài Gòn. Đại khái là vẫn hạnh phúc hơn cái thời nàng từng quen biết tôi.

Những bài tạp văn tôi viết, thỉnh thoảng có nhắc đến nàng giống như một đời lá—Gần bốn mươi năm rồi còn gì? Làm sao để tin chắc lá vẫn còn xanh? Vẫn bám mãi trên cành đợi mong mà không tàn rụng?

Chiếc phi cơ êm ả bay về hướng phi trường Thái Lan. Từ Thái Lan chúng tôi sẽ làm thủ tục để đi tiếp. Phi trường Denver, Seattle là chặng cuối cùng. Quá cảnh giữa hai chặng này là phi trường Tokyo, Nhật Bản.

Những cụm mây bềnh bồng tưởng như nằm im lúc máy bay bay qua. Một khoảng trời tình yêu không biên giới bỏ lại bên dưới. Tôi buồn bã khi nghĩ rằng sẽ không còn cơ hội để trở về thăm nàng. Một phần đời thơ mộng của tôi có nàng trong đó.

Tình yêu của nàng dành cho tôi, lúc nào cũng cho đi nhiều hơn lấy lại.

Tôi là một người lính đang trong thời chiến nên nhìn những tàn phai nhiều hơn những ấm áp hồng xanh. Tôi cảm nhận đời sống diễn ra mỗi ngày giống như ngồi trong phòng nghe tiếng gió bên ngoài mang một chút bụi buồn nào đó, đi xa.

Tôi phung phí từng hạnh phúc nhỏ giống như phung phí những đồng lương ngày đầu tháng. Trong lúc nàng trái lại, luôn giữ gìn từng giá trị nhỏ nhoi.

Lúc gần mất nàng thực sự tôi mới bình tâm lại. Những giọt đắng đọng trong lòng nhau, hình như chỉ có nàng cảm nhận được.

Còn tôi, khi tôi học được bài học quý giá của tình yêu cũng là lúc tình yêu không còn đơm hoa kết trái. Thì ra, đi qua biết bao nẻo đường, những bước chân mỏi mới dừng lại, mới biết cảm thông những tiếng cười dạo ấy…

Có thể là đêm sẽ rất mong manh dù đêm rất rộng dài. Tôi nghĩ vậy khi nhìn ra ngoài vườn. Đêm mùa đông có những cây sồi Tháng Chạp rét mướt. Mới hôm nào, những ngọn đèn mùa lễ giăng mắc từ ngọn xuống đến tận gốc. Bây giờ chỉ là một quá khứ rồi sao?

Tôi vẫn là tôi, người đàn ông già nua đang chạy theo những hương sắc bên đời. Không một nụ cười nở ra để lau dùm những nhau những ngấn lệ.

Nàng sẽ ra sao? Tôi vừa nghe được một tin từ một người quen ở gần gia đình nàng nói lại. Bây giờ nàng đang gần năm mươi lăm tuổi. Nàng không có vẻ gì là nhớ về tôi—gã trai của mấy chục năm xưa đi ngang qua đời nàng—khu Chợ Mới nhìn ngang qua Hồ Đồng Nai Thượng, vẫn còn gian hàng chạp phô thừa kế từ bà Mẹ. Nàng không còn bận tâm nhiều và chuyển dần công việc cho mấy đứa con gái. Mỗi tháng nàng ăn chay vài ngày và lên chùa nghe kinh mỗi dịp lễ lạc. Vài ngày khác nàng vào lớp tập Thiền.

3.

THÁNG BẢY CÓ MƯA VỀ ĐÊM. TÔI NẰM NGHE MƯA bay qua khung cửa sổ. Bay qua hồn lạnh buốt.

Ngày xưa có biết bao cơn mưa từ rừng núi dội về ướt át một thời lính tráng. Chiếc mùng nhà binh nửa đêm gió làm rung như một cánh buồm giữa ngày ra khơi. Tôi nhớ về biển của tôi và những cây bàng già trắng xóa trong mùa này. Những cây hoa sứ trên đường ra Bạch Dinh bắt đầu tỏa hương. Ban đêm, chúng có màu trắng mịn màng như thịt da con gái.

Tôi mường tượng một ngày nào đó nàng trở về ngồi uống chung cùng tôi ly cà phê. Trong khi tôi đang là một người lính non dại vừa rời khỏi quân trường. Mỗi đêm tiếng *"morse"* đánh đi từ căn phòng truyền tin dưới hầm lô cốt sôi nổi như tiếng của một con dế mắc kẹt trong lòng đất.

Ai đó đã nói rằng trong tình yêu, một khi đến với nhau dễ dàng thì xa nhau cũng dễ dàng. Tôi không muốn tin như vậy. Bao nhiêu điều nghịch lý cùng mưa nắng đi qua, tình yêu của hai chúng tôi hình như không thẩm thấu được hết mọi trăn trở và không ủ hết những hương mật tình đầu. Nên cuối cùng tan vỡ. Tôi và nàng còn quá trẻ để đối diện với gai góc của đời cũng như không biết cách hóa giải những niềm đau. Không biết cách giữ riêng cho mình những hơi ấm một thời từng cảm nhận. Những tháng ngày cạn lõi đời mình nghe tiếng mưa dài hơn mọi tiếng mưa đi qua cuộc tình. Rồi khóc.

Nhiều năm sống bình lặng tại Hoa Kỳ, tôi viết lại dễ dàng nhưng không viết được nhiều về Tím Xưa. Vợ tôi cương quyết không cho tôi đá động đến tên nàng trong mọi tác phẩm. Cũng không được nhắc đến Đà Lạt, Bảo Lộc. Một vài trang bản thảo của tôi có dính líu một phần cái quá khứ ràn rụa kia, cũng bị vợ tôi khước từ. Những trang bản thảo mà khó khăn lắm tôi mới đem theo được từ Việt Nam, một lần bị vợ tôi xé thành nhiều mảnh—sau cái đêm tôi la cà tại nhà mấy người bạn cùng bia bọt chút đỉnh rồi về muộn—Con gái tôi lén mẹ nó thu góp lại từ trong thùng rác và bỏ vào chiếc bao *ni lon*. Sáng hôm sau nó đưa lại cho tôi và đòi tôi thưởng công cho nó. Năm đó nó mới sáu tuổi. Tôi nhìn nó và không hiểu giữa hai người, con gái và người đàn bà đang sống bên cạnh tôi, ai là người lớn khôn, ai là người chưa trưởng thành?

Năm 1994, tức ba năm sau ngày định cư, tôi cho in tác phẩm đầu tiên tại hải ngoại, có tên là *"Hoa*

Bluebonnets Cho Hai Người." Tác phẩm giản đơn và không màu mè như cuộc đời tôi lúc đó. Nhà xuất bản Bình Minh tại Houston không biết sao lại chịu cho ấn hành. Chủ nhà xuất bản là anh Phạm Gia Khôi đề nghị mua đứt bản quyền trong vòng năm năm và cho tôi hai mươi lăm quyển để tặng bạn bè xa gần. Tôi dành một quyển gởi về Bảo Lộc. Trên trang đầu đề tặng Tím Xưa với dòng chữ: *"Cho em, không đẹp, nhưng không thường..."* Đó là câu nói mà khi chúng tôi còn gần gũi nhau nàng rất yêu thích. Tôi gói ghém cẩn thận và gửi về địa chỉ mà Minh đã trao cho tôi.

Tác phẩm gửi đi không có được một hồi đáp. Không biết có đến tận tay nàng hay không vì thời gian đó sách báo in ấn tại hải ngoại khó lòng qua lọt cửa hải quan Sài Gòn. Không biết nàng có nhận được và im lặng cất giữ nó trong một nơi chốn nào đó, như cất giấu một tình yêu trong một ngăn đời cạn hẹp? Hay qua lọt cửa hải quan nhưng không qua lọt đôi mắt kiểm soát của chồng nàng và bị xé tan nát vụn vằn, như cách thức vợ tôi dành cho bản thảo của tôi?

Trước những điều không thể thực hiện trong cuộc đời, đôi khi chúng ta nên chấp nhận và nhìn nó với lòng khoan dung. Tôi đang nhìn lại cái quá khứ của tôi. Cái thời mà hai bàn tay cùng nắm chặt với nhau và mắt nhìn nhau bằng cái nhìn của lửa, trong khi sương mù lướt thướt bên ngoài. Bây giờ cái quá khứ đó lạ lùng thay không thể mờ nhạt trong lòng mà tăng trưởng thành nỗi đau. Nó giống như chiếc lá rụng tình cờ bên cửa xe chiều nay trên đường về mịt mùng. Nó không nói lên điều gì lớn lao hoặc gửi gắm thêm cho cuộc đời những đau thương hay những hạnh phúc. Nhưng chắc chắn là đẹp...

Austin, 2023

CHU HẢI CÓ GÌ LẠ?

Tặng Hoa–Chu Hải

1.

KHI YÊU NHAU, NGƯỜI TA CÓ THỂ CHẤP NHẬN những lầm lỗi của người mình yêu, dù sự lầm lỗi có làm cho mình thương tổn. Bài hát chia tay vừa tắt và mới ngày hôm qua vệt son còn trên vai áo. Tôi nghĩ đến điều này khi tôi không còn nàng trong vòng tay. Con đường ngược gió sáng nay tôi lái xe đi về vắng người ngồi cạnh. Chiếc áo len vất hờ hững trên lưng ghế. Ngày Chúa Nhật tiếng chuông nơi giáo đường tự nó ngại ngần không chịu lan xa. Có những nỗi buồn không muốn gọi tên. Như những đêm dài không có bình minh chờ đợi.

    Con đường đôi lúc bị ngăn đôi bởi hai hàng cây bằng lăng nước. Phía bên kia là quán cà phê có nàng ngồi trầm ngâm trước khi đi xuống phố. Tiệm *nail* của nàng nằm trong một khu thương mại sầm uất, gần miền South, có tên là khu Westlake—Tây Hồ. Từ nơi này, cách đây 5 năm, tôi gặp nàng.

Suốt đời, tôi luôn đi bên cạnh những đoạn rời của người khác. Những đoạn rời lỡ làng và dang dở giống như một mảnh trăng không tròn trịa. Cũng không là một giấc mơ trong lòng của ai đó, hay một cơn mưa bay nghiêng dù chỉ trên một vai đời. Với sự thầm lặng cùng nỗi kiêu hãnh về nhan sắc, nàng luôn làm mọi người thấy trái tim mình đang ngập tràn giông bão...

Ngày cuối tuần không có nàng đi chung trên đường về. Một ngày có nắng reo vui. Từ góc đường Congress và đường số hai nhập vào nhau, các tòa nhà cao tầng che kín một mảng trời. Từng khung cửa kính vuông vức trên cao nhìn xuống dòng người xuôi ngược. Trời lạnh đột ngột và nhiệt độ xuống thấp. Nghe nói có tuyết ở Dallas ngày hôm qua và có thêm mưa tầm tã ở một vài nơi khác. Đêm ném những hạt mưa và kéo theo những gió rét. Ngày tháng âm thầm đi qua trên vai người đàn ông già, mệt mỏi. Những cơn mưa cũng vậy, ướt nhòa một nỗi nhớ.

2.

TÔI ĐI LẠC MẤY BLOC ĐƯỜNG TRƯỚC KHI TÌM RA con đường Shady Park. Lâu lắm rồi tôi không có dịp đi về khu *downtown* của Houston.

Những nhịp cầu chẳng chịt đường 59, đường 45 chia hai hướng Nam-Bắc, Đông-Tây đã làm tôi ngỡ ngàng. Một thời gian dài tôi loanh quanh không định hướng được lối về nhà của Bùi Chiến Công. Một cái tên nghe dữ dội, nhưng rất hiền bởi chủ nhà lúc nào cũng cười. Anh là một người luôn thích thú những ly bia và mồi màng hơn là thích thú những ồn ào, tranh chấp. Địa chỉ số 3050 cuối cùng tôi cũng đã tìm thấy trước khi đêm xuống. Ngôi nhà bộc lộ ra một dáng vẻ thơ mộng giống như một câu chuyện cổ tích—trong đó mái che sơn trắng nhìn ra một vạt rừng rộng. Con suối nhỏ chạy xuyên qua những lùm cây mà chỉ ban ngày mới nhìn thấy được. Có những giây leo bò trên đầu hồi đang run rẩy như hơi thở của nàng Bạch Tuyết vừa ngủ yên. Cuối đường ánh đèn dội xuống trên ngạch cửa của những căn nhà lân cận, như nói lên sự huyễn hoặc của đời sống. Trong đó cơm áo và công ăn việc làm đã xa rời và hạnh phúc thì đang tím lạnh bởi màu những cành Wisteria. Chính trong ngôi nhà này, cách đây mấy năm, vợ chồng nhà văn Nguyễn Hữu Nhật và Nguyễn Thị Vinh từ Na Uy đã từng ghé và ngủ lại. Có luôn cả Bích Xuân. Người phụ nữ diễm kiều của Paris và của vườn Lục Xâm Bảo.

Một tuần lễ mà Bích Xuân ghé lại nơi này, nghe đâu nàng không đem về Texas những vạt nắng mùa xuân, mà đem về những giông bão. Có những mưa bay và bão nổi ném trên vai những người đàn ông trong khi đàn bà thì vẫn bình an và dấu giếm mọi bí mật sau nụ cười ngại ngần e ấp?

Tâm hồn họ luôn là một vườn xuân chưa nhú mầm bội phản và nắng gió chưa làm già háp dung nhan. Bích Xuân là một phụ nữ như vậy.

Khi tôi đến nơi và phải gài thắng tay để đậu xe vì xe nằm trong tư thế chúi đầu xuống một con dốc. Tôi không muốn thấy sáng hôm sau bước ra nhìn thấy xe của mình nằm ở đâu đó trong đám lá um tùm bên dưới, trong khi những con rùa, con rắn phơi mình trên mui.

Giang sơn của Bùi Chiến Công không bình thản cho một người viết văn đêm nay có cơ hội ngồi viết xuống chữ nghĩa. Chiếc *laptop* đem theo cũng không có dịp để ướp lạnh sương đêm và tình yêu cũng không kịp lai láng trên những mặt phím. Vì vẳng từ bên trong là tiếng người, tiếng những chén muỗng va chạm. Tiếng mở nút chai bia và tiếng cụng ly. Những người bạn tôi quen và chưa quen quy tụ nơi ngôi nhà đường Shady Park dường như không muốn tiễn chân một mùa Tết Âm Lịch, vì tôi nghe họ đang đòi *"chúc mừng năm mới."* Ngoài vợ chồng Túy Hà và vợ chồng Bùi Chiến Công là bạn bè thân thiết thường gặp trong các sinh hoạt cộng đồng, thêm Nguyễn Xuân Cương, gốc Bảo Lộc đang ồn ào không chịu để ai nói nhiều hơn mình. Hai người bạn mới một người tên Cư, một người phụ nữ, tên Hoa Nguyễn.

Đã qua rồi cái thời thanh xuân và lửa tin yêu đang cháy đỏ trong lòng. Qua rồi cái thời mà nhìn thấy búp non trong vườn đã ngại ngần không muốn hái. Nhưng tôi ngồi giữa bạn bè và nghe trong lòng vang động lại những bước chân vào đời. Ngày đó tôi liều lĩnh biết bao. Tâm hồn tôi giống như mảnh trời đêm ủ chật những vì sao đang bước vào vùng bão lửa. Sự khao khát, sự hoài mong và trên cùng là sự đam mê làm vụng về ngôn ngữ.

Khi tôi biết Nguyễn Xuân Cương tại phòng sinh hoạt của Đài Little Sài Gòn, ở Houston, tôi không thấy Cương ồn ào vui nhộn. Tôi nghe nói Cương ngày xưa là bạn thân của nhà thơ Tú Kếu–Trần Đức Uyển. Dù Cương không thiết tha với thơ thẩn văn chương. Tâm hồn Cương ngày đó như một vườn bơ, một luống trà trở trăn theo đất. Sương mù và mưa bụi, làm mát trái tim đến nỗi nhìn đâu Cương cũng thấy cuộc đời đều ướt lạnh, mỡ màng. Tôi cũng là một trong vài người bạn với Tú Kếu, khi anh về sống tại Bảo Lộc. Tú Kếu lập gia đình với Phượng, con gái út của ông chủ tiệm trà Tiến Đạt. Đám cưới linh đình thời đó. Báo chí Sài Gòn loan tin và bạn bè trong đó hầu hết đều là văn nghệ sĩ đều đến chung vui với anh.

Tú Kếu bây giờ đã chết. Sau nhiều năm tù ở trại Đại Bình, Bảo Lộc, Tú Kếu về sống ở Sài Gòn đường Trương Minh Giảng, nơi mà chị Phượng có một cơ sở buôn bán trà, cũng lấy tên Tiến Đạt. Tú Kếu vẫn *"ốm yếu ho hen"* như ngày còn cộng tác với nhật báo Sống của nhà văn Chu Tử.

Một đôi lần tôi ghé thăm anh, sau đó chúng tôi cùng uống cà phê nơi một quán nhỏ đường gần tiệm trà. Người thi sĩ tài hoa của Sơn Tây, của *"đồi núi Chí Linh và sông Hồng lộng lẫy"* lúc đó vẫn hào sảng và còn phong độ. Cho đến khi tôi ra hải ngoại và biết tin anh mất vì bịnh *alzheimer*.

Những bài thơ anh sáng tác lúc sinh thời mang một màu sắc dữ dội và nhức nhối nhiều trái tim. Anh làm thơ giống như vừa giỡn chơi vừa giác đấu với cuộc đời. Mỗi bài thơ là một nhát dao chủy thủ, rạch ròi và đâm suốt những tư cách vô lại.

Nguyễn Xuân Cương ồn ào kể lại thời kỳ vàng son ở Bảo Lộc, về Tú Kếu. Điều thú vị đầu tiên là nghe Cương đọc những câu thơ viết cho bạn hiền Tú Kếu, khi nghe tin anh lìa đời:

"Này ả phù dung, này lãng tử,
Này lời cao ngạo ý thâm sâu
Này khi bút chiến cùng thi tửu
Tất cả xin đừng hẹn kiếp sau..."

Điều thú vị thứ hai tôi biết thêm từ Cương, là anh luôn giành thế chủ động để nói mà không để cho ai nói. Trước "đài phát thanh Nguyễn Xuân Cương," mọi vô tuyến đều phải... im lặng.

3.

GIÓ BÊN NGOÀI KHUNG CỬA KHÔNG KỊP KHÉP, làm xao động một bâng khuâng. Cái bâng khuâng tưởng chừng đã thầm lặng từ lâu, từ những ngày lính tráng. Giữa những câu nói loang thoáng, xen kẽ tiếng cười, tiếng cụng ly mời *"chúc mừng năm mới,"* tiếng rền rĩ vì bia bọt chất ngất của Nguyễn Xuân Cương, tôi vừa nghe ai nhắc đến Chu Hải!

Giọng nói vút cao bằng âm sắc rất ư là Bắc Kỳ vừa khua gõ trong lòng tôi một khu rừng phong kín. Trong nhất thời tôi không kịp nhớ Chu Hải là một địa danh nằm ở đâu.

Tôi thất nghiệp trở về không hẹn trước. Lâu lắm, từ khi nghe lời chia tay thốt ra từ người đàn bà bạc lòng— tôi mới bình tâm trở lại. Những cánh cửa khép kín suốt nhiều tuần lễ và không chờ ai gõ cửa. Nhiều năm sau nghe tin nàng đi lấy chồng. Những buồng tim tăm tối từ khước một hồi đáp để những người đi qua đời nhau lặng lẽ. Nên hết còn mênh mông một chân trời, một biển cạn.

Trên chuyến xe ca chật chội nối tiếp giữa đoạn đường Sài Gòn–Vũng Tàu, tôi ngồi thu mình giữa những hành khách xa lạ. Giữa những mồ hôi và hơi người. Tôi hình dung đến những ngày trước mặt. Đêm chảy lùi sau lưng như một dòng sông mờ ảo. Tôi đau lòng mường tượng một dung nhan từng vùi dập tim tôi, và nghe bên tai tiếng gió đang thốc vào lòng xe những lời kể lể, rằng có một thời mình yêu nhau...

Đó là những ngày chỉ còn lại mùa đông, tình yêu nào cũng mơ màng một bếp lửa. Có những ngọn cháy đỏ trong tim nên tro than còn âm ỉ. Có những ngọn chưa dấy lên một lần mà đã tàn vào khao khát. Những năm tháng đi qua âm thầm như tiếng thở dài giấu giếm. Sự đau khổ lớn lao nhất trên trần gian này là hai người yêu nhau nhưng không thể tìm đến nhau. Thành phố của tôi và nàng tương phản nhau như tính tình của hai người. Của nàng là rừng, của tôi là biển. Biển và rừng có khi nào kết hợp vào nhau? Chúng tôi chỉ giống nhau ở một điều là cùng mang tình yêu đi vào đời mà không so bì hơn thiệt. Nhưng khi sa bại mất mát, tôi bị khánh tận, còn nàng vẫn đứng lại vững vàng.

Tất cả rồi sẽ trôi qua. Mọi ký ức rồi sẽ khép kín như một trang sách giấu chứa những điều chưa hiểu đã vội vã xuống hàng.

Xe qua Long Thành. Qua Phú Mỹ. Qua mọi bờ cỏ xuân thì. Đêm bay cùng nỗi nhớ bên ngoài. Vệt đèn pha trước mũi xe quét lên vạt đường trước mặt không soi kịp cảnh vật. Mọi thứ đang chạy ngược về sau. Vài phụ nữ thiếp ngủ nhưng vẫn ôm chặt hành lý trong mình. Khuôn mặt chìm trong bóng tối. Phần kia là mái tóc mảnh như một nhánh sông đang cố tìm đường ra biển.

Đâu đây tiếng bánh xe rít róng mặt đường đêm vì gần khu vực có nhà cửa. Đâu đây phố núi châm đèn. Tiếng của người lơ xe thúc hối:

"Cô bác ai xuống Chu Hải sửa soạn hành lý..."

Có tiếng một cô gái vang lên, hối hả:

"Bác cho em xuống."

Tiếng của một cô gái Bắc. Âm vọng như một nhánh cỏ nứt nẻ giữa dòng mưa, làm tôi ngỡ ngàng.

Chu Hải, ngày đó là một xứ đạo non trẻ, được thành lập sau ngày tôi vào lính. Đó là một xóm nhỏ, nằm dựa lưng vào núi Dinh và sân bắn của Trung Tâm Huấn Luyện Vạn Kiếp. Bên kia đường là những ruộng mạ phơi phới chạy song song với quốc lộ 15. Trước khi xe đò vào địa phận Bà Rịa, Chu Hải có thể là một chặng xuống cuối cùng. Xe dừng lại hẳn để thả cô gái xuống cùng với hành lý. Cô gái sẽ đi thêm một đoạn đường nữa để về nhà. Cô chắc sẽ mang trên vai nỗi mừng được đoàn tụ lại với người thân sau mấy tiếng đồng hồ ngồi bó gối trên xe. Cô sẽ về trên bước chân vui cùng cọng cỏ cong mình như một vầng trăng gầy yếu, mặc trên vai tiếng gió thầm thì...

Hôm nay, trong ngôi nhà vùng South 45, đường ra biển Galveston, tôi vừa nghe lại một địa danh tưởng chừng như mất biến trong ký ức. Người con gái trước mặt tôi, tròn trịa như một viên mực lăn đọng trên trang vở cũ, đã gợi lại trong tôi một quá khứ thương tật.

Mùa xuân của năm 1970, khi tôi chia tay với người con gái B'lao vừa thơm ngát môi đời. Mái tóc nàng vừa nghiêng xuống vai tôi cũng che giấu một màu son. Trong khi tôi biết rằng muốn trưởng thành con người phải chạm tay tới đau khổ.

Trước mặt tôi, cô gái có tên giản đơn không màu mè nhưng vẫn đại diện một hồn hoa—Hoa Nguyễn—vừa nhắc cho tôi nhớ rằng Vũng Tàu thân yêu của tôi, ngoài Bến Đình–Bến Đá–Bãi Trước–Bãi Sau, còn có một vùng đất mang tên Chu Hải. Có một thổ ngơi mà cư dân nơi đó đa số đều phát âm giọng Bắc không sai trật chính tả. (Trong khi tôi viết văn mà đầy lỗi hỏi ngã.) Có màu hoa gạo đỏ trong mường tượng của tôi, vẫn là những đốm lửa thắp trên phố từng đêm, trên từng cửa ô Hà Nội. Mỗi cửa ô là mỗi cửa lòng nhức nhối.

"Chu Hải có gì lạ không em?"

Tôi hỏi Hoa. Có thể nàng không nhớ nơi chốn từng sinh ra, từng lớn lên vì ngày đó nàng còn thơ dại. Nên nàng không thể trả lời.

Nhưng tận trong tim nàng, câu hỏi của tôi đã thắp lên một ánh sao từng ngủ quên trên bầu trời. Và ánh sao đó có thể chưa từng được đặt tên?

Nàng đâu biết rằng chỉ với một cái tên nhỏ nhoi nhưng đánh thức cả một quá khứ của người đàn ông đi qua biết bao bể dâu đời? Mà cho đến giờ phút này viết xuống về nơi chốn đó, vẫn không làm sao hiểu nổi… tại sao lòng lại đầy những mưa rớt bão tràn?

Có bao nhiêu chiếc lá khẽ đậu xuống bàn tay như những câu thơ đậu xuống trang giấy lòng đêm nay? Và trên xứ người tất bật có ai sống lại cơn mơ. Trong đó, một người đang té vào nỗi nhớ. Té vào những yếu đuối già nua…

Tháng Chín, 2023

THÁNG TƯ HỒI TƯỞNG

Tháng Tư theo em về phía xa rồi... Bên cửa sổ sáng nay người đàn ông tưởng như gần chạm tay vào ranh giới. Thấy cả một cuộc đời quá dài và khoảng cách thì cả một đại dương. Như khoảng cách hai vì sao trên thiên hà. Căn phòng nhỏ vuông như hộp kẹo mùa thu. Và cánh cửa vừa khép lại một quá khứ lấp lánh. Bàn tay ai đang xòe nắm nỗi buồn? Cả một đời quá dài nhưng cuối cùng vẫn là Tháng Tư. Mấy chục năm rồi vẫn chưa quên Tháng Tư. Chợt nhớ hai câu thơ của nhà văn Hoàng Hải Thủy:
"Mỗi năm cứ đến ngày oan trái
Ta thắp hương lòng để nhớ thương."

1.

LÚC NÀO CŨNG VẬY, KHI TIẾNG CHUÔNG GIÓ CHẠM vào nhau leng keng trước hiên nhà, gợi tôi nhớ lại thành phố cũ và một thoáng chạnh lòng. Ngày đó tôi vừa ba mươi tuổi. Nhiều đêm, nghe thành phố đang ồn ào bỗng dưng im bặt. Rồi tiếng mưa mới cũ tạt qua hiên nhà. Nhớ vô cùng tiếng mưa trên rặng núi xanh, mùi biển mặn không kịp níu chân ai lẩn lữa.

Nhiều lúc tôi không muốn nhớ vì ngại phải đụng tới một vết thương. Nhưng rồi tôi vẫn để nỗi nhớ va vào tim, như thủy triều va vào lòng thuyền thanh thản.

Tháng Tư về nghe gió ngược xuôi và ngập ngừng. Những lầu cao có bảng hiệu vừa mới sơn lại màu đỏ cho tiệp với màu cờ và lời ban mai từ các loa phóng thanh không còn nghe ngọt mượt. Mọi thứ, đang đại diện cho tận cùng sức mạnh áp đặt lên nỗi buồn dọc ngang của hàng chục triệu con người

Người ta chỉ biết rõ một chế độ, khi phải đối diện với chế độ đó. Mười sáu năm dài tôi sống trong lòng cộng sản, sau khi miền Nam hoàn toàn thay đổi. Biết nói thế nào là ngắn ngủi hay đầy đủ về một bất hạnh?

Ba mươi tuổi tôi mới vừa trưởng thành. Những bình yên tưởng dài lâu mà vụt qua như gió thổi. Tôi mới vừa giải ngũ về. Mười năm lính tráng chưa kịp bạc màu áo trận và môi vẫn chưa khốc khô vì nắng bụi. Nhưng trong một nghĩa nào đó, con sói đã rưng rưng đánh mất một góc rừng.

Buổi sáng ngày 30 Tháng Tư năm 1975, từ ngã ba Tam Hiệp tôi cùng đoàn dân đông đi bộ về Sài Gòn. Vừa đi tôi vừa quan sát cảnh vật hai bên xa lộ. Nắng không nhiều nhưng đường dài làm cho mọi người mệt mỏi. Từ sáng sớm, mọi người đã lũ lượt lên đường, bỏ lại cơ ngơi từng gầy dựng. Họ hi vọng một thời gian ngắn trở về lại và tiếp tục nếp sống cũ.

Có vài khúc đường thông về Định Quán, Phương Lâm đã bị tắt nghẽn từ tối qua—vài chiếc cầu bị giật sập—Xen lẫn giữa đám đông, là các nhóm thiện nguyện của chính quyền Sài Gòn đến phân phát thức ăn và nước uống cho từng người. Những ổ bánh mì kẹp thịt và chai nước lọc dù giản đơn cũng làm tăng thêm sức lực cho những bước chân vốn rệu rã đường dài. Riêng tôi, tôi cảm giác mình đang là một ai khác, không phải tôi của ngày hôm qua. Chỉ còn sự hụt hẫng trống vắng về một khung cảnh quen thuộc. Những năm tháng buồn vui quân ngũ. Những gác trọ và những mối tình mưa bóng mây. Như một con sóng ngỡ ngàng chạm phải vào niềm đau ký ức.

Mới tháng rồi tôi còn ở Đà Lạt với gia đình người bạn thân. Sương mù buổi sáng bay qua cửa sổ nhìn ra vườn. Ban đêm một bông hồng hé nụ. Sương mù cũng bay cả vào giường chiếu thênh thang nhưng lòng nghe chật những điều được mất.

Tôi nghĩ mình sẽ yêu được đời sống tự do không vướng bận như đã từng. Mỗi ngày sẽ không còn nghe tiếng kẻng tập hợp cùng quần áo chỉnh tề. Sẽ không còn bận lòng vì những phiên lên ca xuống ca trong hầm lô cốt. Giấc ngủ sẽ không bị ngắt quãng nhiều lần trong đêm vì tiếng đạn pháo vu vơ... Mọi thứ, có vẻ như lùi xa.

Khi tôi giải ngũ về đã không kịp từ giả một bàn tay từng nằm trong tay dạo phố. Không kịp nghe nắng gió thổi bên ngoài hàng cây xanh. Không kịp trả phố thênh thang về cho con đường nhỏ. Không chắc một ai trong số họ còn nhớ đến tôi. Không phải mọi tình yêu đều chóng tan như bong bóng xà phòng. Cũng không phải vì ngăn sông cách núi. Nhưng bởi vì có nhiều điều mới mẻ đang lao xao đâm chồi trong tim. Như một cung phách nào vừa dấy lên từ những sợi dây đàn căng đứt... Tôi nghĩ sau tàn cuộc binh đao, tôi có thể làm lại từ đầu...

Nếu một ngày tôi vắng mặt trong một ký ức của ai đó, thì tình yêu có như màu hoa không biết đến mặt trời? Có bao tình yêu mà trong đó hai người yêu nhau đang mắc cạn trong vũng lầy cạn hẹp. Bao nhiêu người đàn bà đi qua đời một người đàn ông đều không thích để lại dấu vết. Và nỗi buồn đan tựa vào nhau như lá xanh.

2.

LÚC ĐÓ KHOẢNG 10 GIỜ SÁNG. Ai nấy bàng hoàng, ngơ ngác tưởng mình nghe lầm. Tin tức lập lại nhiều lần trên *radio* do một vài người mang theo. Đám đông đều khựng lại không muốn tiến về phía trước. Có nơi nào cho sông dừng lại khi trong lòng nó đang mang đầy phù sa chảy ra biển lớn kinh hoàng? Sài Gòn không còn là nơi bình an cuối cùng thì đi nơi nào cũng vậy thôi. Một vài gia đình tách rời đám đông và tìm cách quay trở lại. Vài người khác thì tản mác vào nơi có nhà cửa dân cư để nghe ngóng tình hình.

Khoảng giữa trưa, có tiếng xe chạy rầm rì ngoài xa lộ. Mọi người đứng chôn chân hai bên đường. Những chiếc xe có tên là *Motorola* chở bộ đội tiến vào thành phố. Những gương mặt xanh mét vì sốt rét cùng ánh mắt chăm chăm nhìn xuống đám đông. Vũ khí trên tay họ trong tình trạng sẵn sàng nhả đạn. Chúng có xuất xứ từ Liên Xô, Trung Quốc... Chỉ có con người ngồi trên đó là Việt Nam. Lúc này giữa đám người cùng đi lác đác vài kẻ mang băng đỏ trên tay... Không ai biết họ hiện ra từ lúc nào!

Tôi sững sờ gần như không muốn tin vào những gì mình thấy. Sài Gòn im ắng ngoài tầm mắt. Không một dáng vẻ gì là Sài Gòn đang đổi chủ. Đó đây, vài cụm khói bốc cao từ các ống khói nhà máy. Chúng lơ đãng và lười biếng không muốn đào thoát ra khỏi nơi đó. Như tiếc nuối giùm ai một thời nông nổi?

Tôi quyết định đón xe lam chạy về Sài Gòn...

Đêm đó, giấc ngủ khó khăn và mộng mị. Gần sáng tôi rời bỏ giường tìm một nơi chốn vừa uống cà phê vừa nghe ngóng tin tức.

Quán đông khách dù chỉ mới ba giờ sáng. Người ta nhìn thấy trong mắt nhau những tàn đêm thao thức. Cũng qua đó, người ta ngầm trao nhau những câu hỏi không mong thấy lời giải đáp. Âm vọng của lời thoại nếu có sẽ cố tình hạ thấp đủ cho người đối diện nghe. Ngay cả tiếng kêu gọi thức uống của gã phục vụ cũng rời rạc hơn mọi khi. Trong lòng đêm sâu, nhịp đời đã dè chừng, không còn sôi nổi.

Có thể đó là lần cuối tôi uống cà phê ở quán Năm Dưỡng. Những ly cà phê sau này tôi uống nhiều nơi khác nhau ở Việt Nam trong suốt mười sáu năm, nhưng tôi sẽ nhớ vô cùng cái hương vị ngây ngất, tan hoang sau đêm đổi đời. Nó không tròn đầy cái hương vị riêng tư của một trong những quán cà phê hàng đầu của Sài Gòn về sáng.

Mà trộn lẫn một chút xót xa của ngày và nghẹn ngào của đêm. Mùi cà phê vẫn vậy nhưng dường như đã xốn xang, đổi khác?

3.

THÁNG TƯ CÓ VÀI CƠN MƯA NƠI THÀNH PHỐ TÔI Ở. Việt Nam nghe nói cũng vậy. Khi những vòng xích *T54* làm trầy trụa xa lộ Biên Hòa và một chiếc khác thô bạo làm sập cánh cửa sắt trước Dinh Độc Lập, hình như trời cũng đang mưa. Không nhiều lắm, nhưng cũng đủ làm ướt át những tâm hồn già nua cùng thơ dại. Những người đàn ông, đành rằng phải bầm giập sau một cuộc đổi đời— vì chúng tôi gia nhập vào cuộc chơi có kẻ thắng người bại—nhưng còn những cô gái căng chật một hồn hoa cũng cùng một số phận giống chúng tôi thì sao?

Bao nhiêu Tháng Tư trôi qua trên Việt Nam mà mỗi cơn mưa buồn như nước mắt? Giọt mưa dù chẳng ồn ào nhưng đủ làm cho những cơn sóng ngoài khơi bạc đầu nhiều hơn trước. Đừng hỏi tại sao cho đến giờ phút này, những người đàn ông tị nạn già, dù đang sống bình an trên đất nước Tự Do mà vẫn không thể hòa hợp với cộng sản.

Khi miền Nam sụp đổ, họ mới vừa ba mươi tuổi. Khi họ rời Việt Nam thì đã cận kề năm mươi. Ai trả lại cho họ mấy chục năm thanh xuân từng bị cướp mất? Những nhịp cầu lao nhanh dù có nối đôi bờ cách trở nhưng mọi cuộc đời rách rưới không thể lành lặn lại.

Tôi trở lại những bờ đường, mùa xuân. Cây bàng già xanh lá. Muốn được như nhà thơ Nguyên Sa: *"Trang sức bằng nụ cười phì nhiêu Nhảy bằng chân chim trên dòng suối cạn"*, nhưng không được…

Ngày ấy tình yêu còn rất trẻ, có những gã con trai chỉ biết say mê mà không từng biết lỡ làng. Ngoài kia, những phấn hoa bay vàng góc phố. Biển của tôi vẫn gồng mình giấu con sóng lặng im vào lòng. Trong khi nơi đây có người đàn ông nhìn xuống những đường chỉ tay, chằng chịt ký ức, những dòng sông mang tình tự của đất đai, xóm làng.

Có tiếng chim hót vào tim hay rót ngược vào lòng những đứa con trôi giạt? Tôi muốn về gõ cửa ngày xưa và nhuộm đời mình bằng màu hoa sứ trên đường ra Bạch Dinh. Những trường lớp, bảng đen phấn trắng. Những cây điệp tuổi đời ngang bằng những đứa học trò… Những vạt đường trầy trụa tháng năm.

Thời tiết nơi tôi ở có vẻ xấu trông thấy khi những cụm mây màu chì xuống thấp gần chạm mái nhà. Chỉ cần một chút mưa bay trên đầu khách bộ hành sẽ làm ngưng trệ mọi cuộc vui trên đường số Sáu. Những cô gái vai trần sẽ choàng thêm chiếc khăn quàng cổ và màu son trên môi sẽ úa bầm vì lạnh?

Buổi sáng nay có tin tức từ người bạn ở Canada vừa cho hay giữa Tháng Tư mà nơi đó đang có tuyết??? Vài bức ảnh cho thấy tuyết đang bám cứng trên mặt đường… đang phủ dầy trên mui xe. Những mặt tường gạch đỏ bốn bên nhà đang trân mình chịu đựng…

Còn nơi đây, cuối một lòng phố hẹp, tiếng chuông

nhà thờ ngân lên dù đã qua mùa Chúa Phục Sinh. Tiếng chuông—như tiếng cựa mình của quá khứ—có khả năng bồng bế tôi đi qua từng chân trời xa rộng. Những gì tôi mắc nợ và những gì tôi đã trả. Những năm tháng dù dài và dù khó hiểu vẫn không thể thay cho một lời dỗ dành. Là tuổi trẻ hồn nhiên. Là những chân mềm mới lạ.

Mưa rượt đuổi trên mặt đường như đùa cợt với tôi một thuở xuân xanh vừa khép. Bên đường, nơi trạm xe buýt, một người đàn bà vừa rũ bỏ những nước mưa trên vai áo. Đứng lên, vượt qua một ngã tư đèn giao lộ, không nhìn lại. Và chỗ ngồi mới đó đã lạnh một lời chim...

TÓC MAI SỢI VẮN

Những ngày đầu năm Dương Lịch người bạn ở San Diego, California dán lên một bài của tôi trên trang nhà của anh. Tự dưng bồi hồi. Mới đó đã mấy chục năm đi qua gần một đời người, qua những con đường không nhớ tuổi. Những mộng ngày đã vỡ. Nhưng dường như có một hàng me trổ mầm xanh trở lại. Nhớ gì đâu...

"Lòng ta như một trang kinh
Ẩn trong lời Phật chữ tình rưng rưng
Lòng ta lá nhỏ trên rừng
Lao chao rớt xuống mấy từng chiêm bao."

1.

BÀI THƠ ĐÓ DO MỘT NGƯỜI BẠN VĂN TỪ CANADA, gửi tặng. Chị nói với tôi chị đang tìm nguồn vui trong thiền và lòng không còn vướng bận những nhánh đời nhân quả. Mỗi đêm về nhà, lái xe qua những hàng sơn táo, qua những vạt cỏ màu vàng như ủ bằng mật ong người đàn bà đó nghe mùa xuân trở mình và tiếng gió rít ngoài kiếng xe, lòng lãng quên hết mọi tranh chấp, muộn phiền...

Những buồn vui ngày trước từng làm tròn trịa một tình yêu cũng không còn? Như một cơn mưa bóng mây bay rớt trên góc tường hạnh ngộ, làm thiếu thốn phía bên này và khao khát phía bên kia.

Biết bao bóng thuyền muộn màng không về được bến vì giông bão giữa dòng, nhưng đằng sau những cơn bão lòng là trái tim lành lặn.

Trên điện thư trả lời, tôi cầu mong chị tìm thấy sự an tịnh thật tình và hy vọng thành phố Montreal có thêm một người đàn bà biết ủ đóa vô ưu trong lòng để giẫm lên những mù lòa dâu bể. Mọi giấc mơ đều cũ xa, đều bỡ ngỡ.

Nhưng trong lòng tôi không tin nhiều về điều chị nói. Những câu thơ vẫn còn đó sự trăn trở rất đời. Vẫn còn bao la một nhánh sông muộn phiền lấp lánh. Hơi thở tình yêu hình như vẫn còn tươm mật trên môi run ngày nào...

Người đàn bà từ bỏ một đoạn đường và không muốn nhìn lại sau lưng, không có nghĩa là quá khứ đã đoạn lìa. Dù vẫn còn đó vạt mưa làm trắng màu thiền trên vai áo, trong khi tiếng đời vừa xao động lá sen khô.

Bài thơ bất chợt chị gửi tôi từ một đêm như vậy, trong khi tiếng gió quét mùa hạ đi qua ngôi nhà đường Heatherglen. Tôi nhớ vô cùng ngôi nhà cũ của gia đình tôi nằm dưới chân Núi Lớn. Biển thổi giạt nỗi nhớ mênh mang về hai đầu ngọn núi. Nhiều đêm tôi chong đèn ngồi học lúc bên ngoài trời mưa. Và những câu thơ của một mùa không ngủ được viết xuống bằng mực học trò.

Những ngọn cỏ khát gọi mưa đêm nên nảy mầm thành lục bát.

Bao nhiêu năm rồi, tiếng mưa có khả năng làm thành cung phách bản đàn xưa và cơn mơ vội vàng như một âm thừa sót lại.

Khi người ta già, người ta sẽ nhìn lui lại bước chân mình. Những người đàn bà giống như sương mỏng, như sông xanh. Họ thà ủ hơi thở sững sờ của mình trên vai người khác hơn là đậu xuống những trang giấy tình hồn nhiên. Những cuống lá mùa thu không biết nói lời hò hẹn, nên đêm có một người úp mặt vào đôi tay, thao thức.

2.

THÀNH PHỐ VEN BIỂN CỦA TÔI CŨNG GIỐNG NHƯ mọi thành phố miền Nam. Có hai mùa mưa nắng. Những cửa biển xưa mờ cạn nước. Những gã con trai cùng rong chơi với nhau suốt một mùa hè, trên bãi cát khô cạn mực thủy triều. Nên chúng tôi đều hiểu tường tận tính tình của nhau, cùng những thói quen. Như những con còng gió hiểu rõ hang động của mình.

Mười sáu, mười bảy tuổi chúng tôi không dám có người yêu. Mãi đến khi gần đi lính mới nói lên lời tỏ tình thì cổng trường đã ở sau lưng. Cái thời nông nổi cùng khao khát môi hôn kia đã khép lại.

Những đứa con trai tình si và các cô gái e ấp đã đi riêng một đoạn đường, dưới những cây bàng già phai màu đỏ lá. Những nhịp thời gian như những nhịp cầu nối đôi bờ cách trở. Còn sự cách ngăn của hai người yêu nhau thì đến bao giờ?

Một vài đứa bạn dạn dĩ hơn dám nắm tay người yêu đi ngoài phố. Mặc cho những lời đàm tiếu có dịp lan xa như sóng. Thành phố quá nhỏ để che kín một dấu vết, hay một tiếng lòng…

Mỗi ngày đi học tôi đi ngang qua con đường Lê Lợi có hàng me chụm đầu vào nhau. Tôi biết Vàng Hoa từ thời đó. Lá me rắc trên vai áo ai làm rộn rã lòng tôi. Nhưng tôi biết nàng nhìn nó mà dửng dưng.

Khi tôi bước xuống cuộc đời, tôi vẫn chưa biết rõ về nàng, ngoại trừ cái tên nghe gần gũi với một người bạn học của tôi.

Vàng Hoa là một cô gái có đôi mắt đẹp nhất mà tôi từng thấy trong trường Trung Học những năm sáu mươi. Một đôi mắt làm nguồn cảm hứng cho lời thơ Đinh Hùng *"Mắt em là bóng dừa hoang dại... âu yếm nhìn tôi không nói năng."*

Nhà nàng nằm một góc ngã tư đường Lê Lợi và Duy Tân. Một phía nhìn ra hàng me và phía kia nhìn ra biển. Có một thời cơ ngơi đó dùng làm nhà bảo sanh Hữu Phước. Từ một góc phố chạy dài nối liền những ngôi nhà khang trang nằm lùi sâu vô trong, được những khu vườn màu sắc bên ngoài che chắn—như bối cảnh trong tranh của Renoir, nên khi nàng quẹo khuất vào đó tôi có cảm tưởng nàng đã đi vào một thế giới khác, mông lung và mơ hồ. Một thế giới của nàng tiên trong các truyện cổ tích.

Thời đó, học sinh học hai buổi một ngày. Buổi trưa về nhà ăn cơm, có thể ngủ một giấc để buổi chiều đi học tiếp. Ít khi thấy Vàng Hoa đội nón. Nhờ đó từ phía sau tôi nhìn thấy mái tóc trên vai nàng chuyển động như đôi cánh một loài chim đêm. Có những ngày tháng người ta sẽ quên luôn vì thời gian chồng chất trên vai, nhưng có những ngày tháng ngừng lại vĩnh viễn. Thời gian học đệ tam là thời gian đẹp nhất của tôi trước khi tôi vào lính. Tôi muốn được yêu thầm và được đi sau lưng nàng suốt đời, mặc cho những biến động của đời sống và bom đạn chiến tranh mỗi ngày. Dưới bước chân êm đềm và quanh quẩn bên tà áo dài khép nép của Vàng Hoa, tình yêu đã che lấp mọi hướng đi về tương lai. Dù tương lai của những gã học trò sinh trong thời bình lửa sao quá ngỡ ngàng.

Mối tình một chiều như vậy tưởng chừng sẽ kéo dài để cho những trang nhật ký có cơ hội thêm trang từng ngày. Cùng những bài thơ viết từ tấm lòng thơ dại sẽ có dịp hóa thân thành cánh bướm. Nhưng tôi lầm. Một hôm nàng bỏ trường bỏ lớp không một lời từ giã. Nghe nói nàng lấy chồng. Những gã trai khờ khạo trước tình yêu nhưng lại dạn dĩ với bất trắc bỗng thấy vắng đi một bóng mát êm đềm. Biển trở nên cuồng nộ chói chang từ ngày đó. Những trái bàng già rụng xuống dọc đường ra Bãi Trước, cùng những mơ ước chưa kịp đơm bông.

Nhiều năm sau này, khi gặp lại Vàng Hoa, lúc miền Nam sụp đổ, tôi thấy nàng vẫn còn đẹp dù có già hơn chút đỉnh.

Biết bao bể dâu làm khô kiệt mọi nhựa sống trên những nhánh cây đời? Những thanh niên thiếu nữ ngày xưa bây giờ đã trở thành cha thành mẹ. Có người trở thành ông nội bà ngoại nếu lập gia đình sớm hơn. Có ai một lần đi lại con đường cũ ngày xưa để cảm giác được ngậm ngùi? Có còn ai buổi chiều ngồi trên bờ đê nhìn ra mặt biển xanh để ước mơ cuộc sống bên kia bờ đại dương như tôi đã từng mơ ước? Và còn những ai đã để cháy tương lai mình như những khoang thuyền đang cháy nắng mặt trời?

3.

TRÊN BÃI BIỂN ĐỜI NGƯỜI CÓ NHIỀU DẤU VẾT ĐỂ lại. Có những dấu vết hằn sâu đọng lại một vài phiến lá kỷ niệm. Có những dấu vết hời hợt bị xóa lấp khi sóng biển tràn dâng. Tình yêu cũng lợt phai như gió mùa. Hôm nay ngồi ôn lại những bước tình đầu của mấy chục năm về trước. Mọi thứ tan theo dòng đời. Lòng tôi không còn tươi mới để rượt đuổi theo bóng sắc mượt mà, dù lửa tro vẫn còn âm ỉ.

Ba mươi mấy năm sau, bất chợt gặp lại những người con gái cũ của trường xưa. Họ vẫn phơi phóng một tấm lòng của biển. Đường phố Bolsa có đông vui nhưng lòng ai đã quạnh hiu một góc chợ chiều. Thời gian không dừng lại. Bên ly cà phê báo hiệu một đêm mất ngủ, vài mẫu chuyện gợi lại một khung trời hương mật và màu xanh của sóng đang lao xao trong mắt. Một lần ngồi ở Starbucks, góc đường Brookhurst–Edinger, nhìn ra giao lộ đèn đỏ trùng điệp những đời xe mới toanh, nghe từ cuối một hành lang vọng lên bài hát. (Quán cà phê Mỹ nhưng có nhiều người Việt Nam ngồi.) Tiếng nhạc chạy suốt qua những bàn ghế, đủ liêu xiêu dấy động một nỗi buồn:

"Ngày xưa anh đón em
Nơi gác chuông chùa nọ
Anh bây giờ qua đó
Còn thấy chữ trong chuông
Em khoác áo nâu sồng
Anh một đời biền biệt
Tên em giờ tha thiết
Theo tiếng chuông chiều đưa…"
(Dấu Chân Chim — Phạm Thiên Thư)

Người con gái có tên Vàng Hoa một thời tôi theo đuổi bây giờ đã đi tu. Tôi không biết duyên cớ nào làm nàng từ bỏ cuộc đời dung tục này để nương thân vào cửa Phật? Câu chuyện nghe có vẻ đượm mùi cải lương mang tình tiết kiểu Lan và Điệp. Nhưng tôi biết nàng vẫn từng hạnh phúc sau khi không còn đến trường.

Sau 30 Tháng Tư năm 1975, nàng bươn chải bán thuốc tây ngoài chợ trời để nuôi chồng ở tù và nuôi mấy đứa con còn nhỏ. Đôi lần tôi gặp Vàng Hoa dắt xe đạp ra từ chỗ gửi xe, gần chợ chiều. Bên kia đường là biệt thự cũ được trưng dụng làm trụ sở Phường Châu Thành. Nàng không có vẻ gì nhìn thấy tôi. Hay nhìn thấy tôi mà làm như không biết? Chiếc áo bà ba thay cho chiếc áo dài ngày thơ dại. Và đôi mắt đẹp buồn não nùng.

Mỗi cuộc đời đều giống như một dòng sông. Có khi sông vặn mình chảy xiết qua những ghềnh thác cheo leo. Có khi sông âm thầm nép kín sau những khúc quành. Sông ủ đời sông theo những ngày tháng lạnh của mưa và trong veo của nắng. Nhưng sông không bao giờ quay đầu trở lại thượng nguồn, mà chảy luôn về biển.

Mối tình một chiều của tôi, với Vàng Hoa, giống như dòng sông vậy.

Đêm đêm, lời kinh của nàng có làm sầu muộn thêm những bông sứ trong vườn Bồ Đề? Đêm đêm, tiếng gõ mõ của nàng có làm kinh động những cánh bướm giang hồ mòn mỏi?

Tôi nghe người bạn học chung lớp của nàng từ Việt Nam trở qua kể lại. Vàng Hoa giam mình trong một chiếc am nằm trên đường lên hải đăng. Mỗi tuần, chồng nàng chạy Honda đem thức ăn chay cho nàng. Nàng hạnh phúc trong câu kinh tiếng kệ. Đợi chờ ngày hóa thân.

"Nhớ xưa em rất dịu dàng
Hồn vang tiếng guốc mơ màng Vàng Hoa
Em từ cõi Huế đi ra
Hương Giang bỗng mặn phù sa Vũng Tàu
Bây giờ em rất thanh cao
Áo xanh nay đổi áo bào Quan Âm
Đêm qua một đóa hoa rằm

Rớt trên kinh Phật tưởng lầm môi ai?"

Tôi làm bài thơ ngắn có mấy câu coi như tạ lỗi hàng me đường Lê Lợi. Từ nơi đây tôi thơ dại và cũng từ nơi đây tôi khôn lớn với đời. Một đôi mắt đẹp đã sâu hút từ một đêm vàng ấm mùa thi.

4.

NƠI CĂN PHÒNG NHỎ NHÌN RA SÂN MƯA BÊN ngoài chiều nay đang ngổn ngang cành khô mà sáng ngày mai xe đổ rác sẽ đến dọn, tôi vừa biết thêm một cảm giác vội vàng khi tháng năm lao đi vùn vụt. Đâu rồi tia nhìn của lửa làm cháy bỏng đời nhau và sợi tóc còn vương lại trên chăn nệm? Những tình yêu phờ phạc để lại cơn đau tuyệt vời và sau đó lìa nhau vĩnh viễn.

Có những giấc mơ chết non và bất hạnh rơi xuống lòng như một vết mực lầm lỡ. Người đàn bà có con mắt màu nâu và vành môi cong vút màu *tulip* vừa rời khỏi đời tôi hôm qua để bay theo những phù hoa bụi phấn. Bay theo biển dâu và nắng gió bên ngoài. Nàng đến không ồn ào và đi cũng không tiếng động.

Không ai học biết đủ một bài học. Khi tình yêu chạm đến ranh giới của ngọt ngào và đắng cay, tình yêu tự nó sẽ chết.

Nơi căn phòng cũ, nơi chiếc bàn gỗ bên ngoài mái che đang lất phất mưa thu, vừa nghe có tiếng xe lửa nào về ngang công viên sau nhà. Những toa tàu kín bưng nhốt bao nhiêu tâm hồn lắng đợi một thềm ga?

Tôi luôn yêu mến và kính trọng những bước chân tình nhân không tìm ra trạm xuống. Đó là những cuộc tình đẹp tay ba dù nó luôn ủ bằng nước mắt. Từ những đôi tình nhân dù biết rằng phải lạc mất nhau nhưng không biết phải hóa giải bằng cách nào, họ vẫn cầm tay nhau đi với sự can đảm pha lẫn buồn rầu, trong khi sương mù mịt mùng phía trước…

MỘT NHÁNH SÔNG BUỒN

1.

EM KHÔNG NÓI LỜI TỪ BIỆT SÁNG NAY, LÚC NĂM sắp tàn. Chiếc lá rơi lãng đãng trên mui xe như một chứng tích buồn bã. Mùa đông mang đến ngọn gió vừa lạnh vừa úa vàng nỗi nhớ. Khóm hoa bên đường run rẩy…

Phố tuy vắng một người nhưng vẫn biết bao luồng xe đi về hối hả. Mùa đông xanh mướt những cành ngo trước cửa hàng bán trang phục. Những người đàn bà cũng ra vào vội vã. Cơn gió nào lẩn quẩn đường đi cùng mùi son nào bay ngược. Tôi đứng chôn chân bên góc đường rẽ vào quán bia quen. Không muốn tìm đến chỗ ngồi kỷ niệm. Chiếc bàn tròn bằng nhôm dành cho hai người ngồi và hai chiếc ghế sắt lúc nào cũng trống. Những con chim mùa lạnh cũng không thấy đâu. Nhưng tiếng kêu của nó đâu đó trên cao, vẫn rớt xuống như tiếng cười trêu chọc.

2.

KHU NGHĨA TRANG CÓ NGÔI MỘ CỦA NGA SÁNG nay đang lấp lánh màu nắng. Bãi cỏ vàng khô từ mùa thu chưa kịp chuyển mình. Những cây dâu hai bên lối đi phơi thân trắng bệch giống màu da của người bệnh. Mọi thứ, đều mang một đời sống âu sầu khi chúng ta đứng trong này nhìn ra. Hai thế giới trái ngược nhau nhưng song hành bên nhau không bù đắp và cũng không san sẻ.

Tôi đứng co ro nhìn lui về phía những ngôi mộ mới chưa kịp làm mộ bia. Những đóa hoa tươi cắm xuống trang trọng trong các bình sứ. Ngày mai, hay tuần tới, chúng sẽ tàn héo. Màu hoa, giống như một tín chỉ trong trái tim con người. Chúng sẽ tồn tại dài lâu hay biến mất, trong khi mỗi ngày nắng mưa ngẩn ngơ bay theo dòng đời.

Khi tôi chia tay vĩnh viễn với Nga—mùa đông năm 1999—Từ căn phòng hồi sinh trong bệnh viện North St. David, tôi viết những câu thơ tặng nàng lần sau cùng—dù biết sinh thời nàng không bao giờ để mắt đến—Có thể trong đời sống còn lại của tôi sau này, tôi sẽ không viết được những lời thơ có khả năng chạm đến cơn đau dịu dàng. Những lời thơ níu kéo tình yêu cúi xuống sự hủy diệt:

"Hãy cuống quýt thở lần cuối cùng
Khi những bình hơi chưa kịp cạn
Khi môi khô còn mấp máy tên nhau
Tiếng tim run giờ hấp hối

Hãy mở mắt nhìn nhau lần cuối
Cuộc đời vẫn đẹp quanh đây?
Hình như nơi một ngã ba vừa mới chia tay
Ướt đẫm mưa thu con đường Mopac?"

Góc phố như còn bước chân của ai làm cộm lên nỗi nhớ. Cho dù tình yêu có tàn lụi nhưng một màu son vẫn còn. Nhiều năm trôi qua, con đường qua chỗ nằm của nàng đã thay đổi. Cửa tiệm và cây xăng mọc lên, bên những chung cư nhiều tầng. Thay cho sự trống trải quạnh quẽ là tiếng động của nhịp sống đêm ngày. Chỉ có bầy chim đen là vẫn còn. Chúng đậu từng hàng giữa buổi chiều mùa đông như giỡn chơi với thời tiết giá lạnh. Gió rét thổi qua lưng chúng.

Dưới cột đèn giao lộ, đôi tình nhân đang đứng chờ để băng qua. Họ cho nhau hơi ấm trong bàn tay và nhìn về một hướng. Lát nữa đèn bảng hiệu bật lên, họ sẽ cùng vượt lên phía trước. Họ sẽ cùng đi qua những đông buồn, những thu xám. Cùng những bình minh trước mặt. Còn tôi?

Một đôi lần tôi không thể viết xuống được những ý văn tròn trịa, trau chuốt, ngoài những câu thơ dài lê thê không khác gì nỗi buồn. Khi người ta càng thêm tuổi tác càng trở nên có vấn đề. Chỉ muốn ngồi ôn lại quá khứ.

3.

LÚC TÔI RỜI SÀI GÒN, THÁNG BA ĐANG CHỚM CÁI rét nàng Bân trên vòm che trước thềm một quán cóc sâu bên hông cùng hành lang hẹp, nhìn ra đường Nguyễn Huệ dập dìu. Tôi đang định từ giã Ngọc để ra đi. Ngọc cũng vừa từ Bảo Lộc về Sài Gòn. Mùa xuân thổi qua vai chúng tôi tiếng gió và mùi thơm của cà phê lan tỏa trong không khí.

Nàng vừa đem theo cái trầm mặc của cây rừng để hòa cùng với cái nắng của biển mà tôi muốn giữ bỏ. Một khung tường cũ đầy rêu chạy dài từ sân sau của quán thông ra đường Hai Bà Trưng. Hình như có một hãng làm bia nằm hướng đó. Những xe hàng lớn chạy vào bốc những thùng gỗ rồi chạy ra. Một cổng gác sơ sài mọc lên để kiểm soát cho có lệ.

Nàng hỏi tôi:

"Anh định qua bên đó rồi ở đâu?"

"California."

"Anh đâu có bà con thân thuộc bên đó?"

"Không có ai. Nhưng quận Cam có nhiều tòa báo Việt ngữ và anh nghĩ anh có thể xoay sở…" Tôi trả lời.

Nhưng rồi tôi không về California mà trôi giạt về Austin, Texas. Một thành phố non trẻ của cộng đồng người Việt hải ngoại, một năm có ba tháng nóng cháy da và ba tháng lạnh run phổi.

Nàng ngồi trước tôi. Sau lưng nàng màu xanh của tán dù dội xuống thềm gạch nâu. Tóc nàng ngày đó chia hai trên đầu và cột phía sau làm thành một cái đuôi. Ngày đó tôi yêu Ngọc biết bao.

Tôi nhớ những ngày đông đầy mưa tại thành phố thơ mộng của nàng. Lúc tôi đi lính và đơn vị trú đóng tại đó—Một quận lỵ nhỏ chứng kiến hạnh phúc rối bời của chúng tôi. Gió thường xuyên thổi tung chiếc rèm vải đến nỗi thấy được những cành bơ đang rung ngoài vườn. Bây giờ, những ngày của mùa xuân 1991, tôi sắp rời xa nàng. Lòng tôi chùng xuống. Chiều xuống dần và tiếng gió xua đuổi những chiếc lá va vào lề đường. Nơi những bước chân từng kề cận bên nhau. Rồi lạc rời nhau mất dấu.

Tôi nắm bàn tay trần trụi không đeo nhẫn của nàng, hay nàng vừa tháo gỡ nó?

Gần mười năm không gặp nhau, nàng vẫn chưa chịu đi tiếp một con đường? Trong khi tôi thì có một gia đình khác.

"Có những chuyện không nên buồn," nàng nói với tôi, giữa hai bờ môi phụng phịu.

Tôi hỏi:

"Tại sao?"

Tôi từng một mình hỏi những câu tại sao trong suốt nhiều năm và chưa tìm ra câu trả lời thỏa đáng. Có những điều có thể lý giải được, và có những điều không.

Như tại sao nàng bỏ tôi để về lại Đà Lạt, khi tình yêu chưa là sợi dây dài căng đứt? Khi những bông sứ đang ngào ngạt tỏa hương trên đường ra Bãi Trước? Tại sao nàng để cho giấc mộng tự nó chết đuối ngoài biển khơi, khi bão giông chưa hề?

Câu hỏi rơi xuống trong thời khắc tĩnh lặng. Chỉ có mặt bàn trầy trụa vết hằn tháng năm lắng nghe thôi.

"Ai có từng đi qua những thảm kịch, mới biết. Có những điều mà trái tim không thể nói bằng lời của lý trí, và ngược lại." Nàng trả lời.

"Nhưng còn kỷ niệm?" Tôi cố gắng hỏi.

"Hãy quên. Tự nó sẽ trôi theo sông và đi vào biển."

Tách cà phê nằm im không khói. Tiếng muỗng vô tình gợi lên một tấu khúc buồn. Tôi nâng niu bấm chăm bàn tay người đàn bà sắp lìa xa. Những sợi tóc óng ánh màu nắng chiều sáng rực một đường ngôi.

4.

BỞI NHAN SẮC NGƯỜI ĐÀN BÀ NHƯ MỘT ĐÁM MÂY cõng một mặt trời làm cháy bỏng người đàn ông. Nên tôi chỉ biết da diết thương và da diết nhớ.

Khi qua tuổi bốn mươi lăm mới biết thế nào là cuộc đời. Đến tuổi sáu mươi thấy gió thổi qua vai kéo theo những yếu lòng.

Khi xa nàng tôi đã không viết được gần năm năm. Những đêm mất ngủ trong căn phòng thuê ngoài khu gia binh, tôi cố gắng để ngồi viết dỗ dành lại giấc mơ. Nhưng rồi những ngón tay tội nghiệp cứ xa rời chuyện nhớ, quên...

Những buổi chiều ngồi nghe nắng chạm vào tim. Muốn đừng nhớ một chiếc lá rơi để rồi thẫn thờ.

Khi giải ngũ về, với bàn tay trái còn lành lặn, tôi tập viết lại và gõ chúng trên một chiếc máy đánh chữ mượn của người quen gần nhà. Những con chữ khẽ chạm vào dòng đời hôm qua nay tràn lên mặt giấy trắng nõn. Những bài thơ đau buốt tình yêu. Những đoạn văn trì níu nỗi nhớ già đời... Tôi đem ra bưu điện gửi hết về Sài Gòn.

Tháng Ba năm 1974 vài tác phẩm đó may mắn lay động được lòng những vị chủ bút đương thời—Tôi nghĩ nhánh lá thời gian chưa làm nhạt phai miền cổ tích—trong khi chữ nghĩa đi qua gần nửa đời người.

Tôi ra sạp báo chợ Đà Lạt đọc những tờ báo gửi về trong ngày. Thấy có vài bài được đi trên báo Đời (của nhà báo Chu Tử.) Sóng Thần (của chị Trùng Dương.) Một bài thơ và một truyện ngắn khác trên tạp chí Văn (của anh Mai Thảo.)

Tôi để dành đó khi có cơ hội về phép Sài Gòn sẽ ghé lấy một lần. (Bài thơ được tặng 2 số báo biếu, riêng truyện ngắn còn có thêm nhuận bút.)

Trụ sở tòa báo Văn nằm trên 38 đường Phạm Ngũ Lão, đối diện chợ Thái Bình. Rạp hát Khải Hoàn liền kề và con đường Cống Quỳnh chạy dài đến rạp Quốc Thanh và Khu Mả Lạng.

Bài thơ tôi viết có tựa là *Đám Cưới*, đánh dấu ngày cưới của hai vợ chồng nhà thơ Phạm Thanh Chương— Nguyễn Ngọc Sương. Những người bạn văn tôi quen ngày đó đa số có nhà trong cư xá Võ Tánh...

Ngày ghé tòa soạn Văn lãnh mấy cuốn báo và lãnh luôn nhuận bút có Phạm Thanh Chương và Lê Vĩnh Ngọc. Tôi nói hai người bạn chờ tôi nơi quầy ăn nhỏ trong chợ Thái Bình, rồi băng qua đường, lọt vào một phòng in lớn có những thợ sắp chữ đang trần mình làm việc. Lên một gác lửng là cơ ngơi của Nguyễn Thị Tuấn(?)—con gái của Ông Nguyễn Đình Vượng—đang ngồi ghi chép sổ sách. Rồi trèo lên một căn gác nữa, mới đến chỗ làm việc của nhà văn Mai Thảo.

Dù từng có gần mười năm lính tráng tôi vẫn hơi *"khớp"* trước vẻ đường bệ của ông. Tôi chào ông và nhắc về tác phẩm vừa được đăng. Ông ngừng viết nhìn lên. Trước mắt tôi, Mai Thảo của thập niên 70 vẫn là một Thái Sơn Bắc Đẩu trên bầu trời văn học Sài Gòn. Và thấy mình khó lòng bình thản trước ánh nhìn của tác giả *Đêm Giã Từ Hà Nội*, người đang sở hữu những đầu sách tình yêu bán chạy nhất nước. Ông hỏi bằng giọng Bắc, trầm ấm:

"Yên đang ở lính à?"

"Giải ngũ rồi anh."

"Phạm Ngũ Yên chữ Ngũ viết *hỏi* hay *ngã*?"

"Dấu ngã". Tôi đáp.

Ông gật đầu và sau đó nói tặng tôi vài lời khích lệ…

"Khi rời khỏi đây Yên ghé qua phòng cô Tuấn lãnh nhuận bút và báo biếu."

Và câu nói cuối trước khi tôi quay đi:

"Mai mốt gặp lại nhé."

Số tiền tôi lãnh không nhớ bao nhiêu trong thời giá của Sài Gòn, nhưng đủ để tôi bia bọt hào phóng với Phạm Thanh Chương và Lê Vĩnh Ngọc suốt buổi chiều hôm đó.

Không bao giờ tôi gặp lại Mai Thảo một lần nữa ở Việt Nam. Cho đến khi ra hải ngoại…

Số báo mà tôi có truyện ngắn là số áp cuối của tạp chí Văn. Gần hai tháng sau thì Sài Gòn mất…

5.

TÔI KHÔNG MUỐN LÀM MỘT KẺ PHIỀN MUỘN đứng bên những ngược xuôi người khác. Bài học về một tình yêu đầy những sợi buồn lây lất phải chăng đã đi suốt một đời? Những mùa xuân có phai và những màu đời có lợt, nhưng bây giờ tôi sẽ cố gắng làm mới lại quá khứ…

Đâu có ai tắm hoài một khúc sông cạn, nhưng kinh nghiệm về một đổ vỡ sẽ làm cho chúng ta trưởng thành. Có thể là phải rất lâu những tro than tình yêu mới hồng ấm lên trở lại. Tôi nghĩ vậy khi lái xe chạy qua một khu *plaza* đêm đã không còn mở cửa. Mới hôm nào, những đèn hoa bủa giăng trên những ngọn sồi Tháng Chạp. Bây giờ chúng đang ngủ yên rã rời. Con đường về mịt mùng bóng đêm. Phải chi có ai đó ngồi cạnh mình để cảm nhận một mùi hương quẩn quanh đang ùa về khứu giác. Cùng mái tóc sẽ hòa quyện với đêm trở thành một nhánh sông buồn…

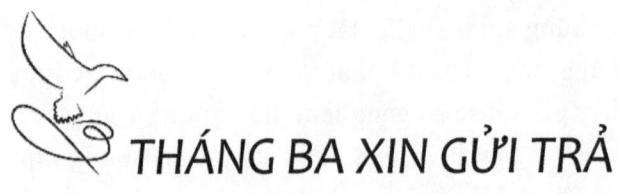# THÁNG BA XIN GỬI TRẢ

Cho Võ Như Lăng

1.

CÓ ĐIỀU GÌ TRỞ NÊN DỊU DÀNG SÁNG NAY, KHI TÔI đi qua một cánh đồng đang mưa, trở về căn nhà của một người bạn.

Cánh đồng đó xuôi đường 10 về hướng đông, cắt ngang đường 75 South, dẫn về vùng North West đang mọc đầy những cành oải hương. Bầu trời mang một dáng vẻ u trầm và giống như cơn mưa sắp ùa về. Mới ngày nào tôi đi qua những con đường mà nắng hè chói chang vừa dịu lại. Những cành phượng màu tím cũng bớt rưng rưng.

Phi trường Orlando đầy người và xe cộ nối đuôi nhau lúc Lăng đón tôi đã trở thành một kỷ niệm. Thành phố đó ít nghe nói đến mùa đông vì biển và nắng gió nhiều ngày.

Thành phố đó tôi mới đến lần đầu, nhưng trong lòng dường như đã quen thuộc với những âm thanh, những màu sắc, những góc đường xuôi ngược. Lăng dẫn tôi len lỏi qua các hành lang sâu nhấp nháy ánh đèn chỉ đường, những cửa đi và đến vang tiếng loa thông báo giờ máy bay lên xuống. Qua những thang máy song hành như hai hướng đời mộng mị, để ra ngoài chỗ đậu xe.

Anh vẫn cao như ngày xưa, dáng điệu có chút bề thế. Trong khi tôi ốm o thiếu đói như ngày còn cắp sách đến trường. Vẫn giọng nói chậm rãi, pha trộn giữa *Huế* và Sài Gòn, anh nói qua vai tôi:

"Lâu quá. Dễ chừng gần bốn mươi năm mình không gặp lại."

"Đúng rồi," tôi nói. "Năm 1965 mình đã vào lính. Bạn còn ở lại học đệ nhứt. Từ đó coi như không còn biết tin nhau."

Thời gian giống như những hương sắc trong khu vườn cũ, tàn phai vội vã không để lại một màu đời. Giữa một cuộc chiến, những tuổi trẻ Sài Gòn nắm tay đi về phía trước. Tình yêu và nhan sắc nếu có, đều để lại đằng sau. "Hồi đó nghe nói bạn làm Trưởng Ty Cảnh Sát ngoài *Đà Nẵng*? Còn mình đang là lính truyền tin ở quân khu 2. Huỳnh Quốc Hải lúc đó đang là Không Quân. Hải nói có gặp bạn."

Chiếc xe đưa chúng tôi đi qua những khúc đường rộng có hàng cọ hai bên. Gió từ phía biển thổi lên giống như hơi thở mang vị mặn của nước mắt từng lướt qua đời nhau, xa rồi. Thời hớn hở tươi xanh những mối tình đầu.

"Mình chở bạn đi xem một chút thành phố mình ở, trước khi về nhà."

Những bảng hiệu mang tên Marriott, Holiday Inc, La Renaissance chạy ngược mời gọi khách vãng lai đến từ mọi góc trời. Lăng đưa tay chỉ một khách sạn Marriott phía xa, nơi mà anh và Hạnh làm việc lúc mới vừa định cư.

Đâu đó tiếng chuông nhà thờ ngân lên ngày Chúa Nhật. Tiếng chuông bay lọt qua cửa kính xe, huyễn hoặc như lời kinh niệm hồn ai.

Tôi ngỡ tôi vừa bay trong giấc mơ có những điều không làm sao hiểu nổi. Từng lời từ biệt cùng những trái tim vỡ òa... Ngày xưa... ngày xưa...

Ngày đó tôi và Lăng học chung lớp, đi về cùng đường với nhau. Tôi biết Lăng vừa để ý người con gái học dưới một lớp mà không dám bày tỏ. Tâm hồn cứ mãi quấn quít những tà áo trắng mỏng manh như tơ trời. Những nhánh tóc xuân thì buông thả. Những ly chè đậu đỏ bánh lọt bên ngoài hàng rào trong giờ chơi. Những bờ môi phụng phịu...

Lăng ngày đó con nhà giàu, cao ráo. Giỏi về thể thao. Còn tôi là con nhà nghèo, nhút nhát, đầy mặc cảm. Tôi chỉ giỏi luận văn. Đêm đêm thay vì ôn luyện bài vở, tôi thích dàn trải những lời khờ khạo của trái tim lên giấy. Những lời mà ngay lúc này nếu đọc lại chính tôi còn chưa cảm thông và hiểu tường tận về nó.

Những buổi sáng không có giờ học, chúng tôi không về mà tụ lại sân *volley* bên hông sân trường. Trong khi Lăng và các bạn khác ăn thua với nhau từng đường banh qua lại trên lưới, tôi chỉ ngồi xem và cổ võ tận tình.

Trường chúng tôi học chiếm một góc đường mọc nhiều cây dầu cao ngất. Đối diện trường là Nhà Thờ Lớn. Tuổi học trò tồn tại những niềm vui như vậy cùng biết bao điều dụ hoặc. Những cơn gió từ biển khơi thổi về. Làm nôn nao những con dã tràng muốn chạy ra xa bờ. Chúng tôi tập tành yêu và biết tương tư. Một vài đứa còn tập tành hút thuốc và cố tình để khói thuốc làm vàng mấy đầu ngón tay. Vài mối tình âm thầm cũng vừa bốc hơi vì sắp sửa vào lính. Những cây bàng già không biết nói lời chia tay khi mùa hè bắt đầu. Từng chuyến xe lam phun khói sau ống bô như thổi giạt ước mơ về một phía.

Những tờ lịch rụng xuống đánh dấu một tình yêu quyết liệt không kém và cũng phờ phạc không kém.

Giá trị hạnh phúc thực sự không phải là những bài thơ tôi từng gửi đi đăng báo. Chữ nghĩa không nâng tôi lớn khôn mà còn kéo tôi xuống thấp. Những bàn chân ngập ngừng giẫm lên những thơ dại. Cho nên, một lúc nào đó những người con gái bỏ trường bỏ lớp đi lấy chồng. Để tôi ngẩn ngơ theo tiếng cười rớt lại…

Những mối tình học trò không kịp lớn khôn. Lòng các cô gái ngày đó trắng tinh như những trang vở chưa kịp phân ô hay kẻ dòng. Cũng chưa từng vết mực nào lem luốc. Khi chúng tôi biết nhìn lui thì tiếng súng như nhịp thở của chiến tranh bay đến tận bàn ghế, chỗ ngồi quen thuộc. Đậu xuống bảng đen đang lả tả bụi phấn. Còn chăng, những lời tỏ tình đơn sơ không níu được bước chân giang hồ. Những quân trường thênh thang mang tên Quang Trung, Thủ Đức, Võ Bị đầy những hào khí ngất trời. Chờ đợi những gã thư sinh trói gà không chặt…

2.

ĐÓ LÀ LẦN DUY NHẤT TÔI VỀ THĂM LĂNG. Tôi định sẽ trở lại một lần nữa, nhưng chắc không có cơ hội.

Đêm lướt thướt những vòng bánh xe, khi Lăng đưa tôi đến nhà của Bùi Trần Tuấn, một thân hữu trẻ trong nhóm Quán Cây Me. Nơi đó sẽ diễn ra đêm thơ nhạc của một người bạn làm thơ của Văn Bút Nam Hoa Kỳ… Có vợ chồng nhạc sĩ Châu Đình An, của *Đêm Chôn Dầu Vượt Biển*—Có vợ chồng nhà văn Đào Quang Vinh. (Chủ Tịch Văn Bút Trung Tâm Florida.) Có vợ chồng Thu Nga, vừa là nhà văn, vừa chủ trương đài Radio Saigon. Có nhà văn nữ Ái Khanh và phu quân Đỗ Hùng…

Đêm đó tôi cũng rất la đà bia bọt và biết thêm vài người bạn mới. Trong căn phòng ấm áp và tiện nghi của Bùi Trần Tuấn, chúng tôi vừa thưởng thức những món ăn tuyệt vời của vợ chồng chủ nhà, vừa nghe những lời thơ, những tiếng hát vang lên từ những thanh quản chưa bị thời gian đào thải.

Gió đêm làm cho lá khô rụng xuống như mưa ngoài tiền sảnh của ngôi nhà đường Place Vendome, nằm trong khu Winter Park đắt tiền, nghe như tiếng đêm tiễn chiều đi vội vã. Có những điều không làm sao hiểu được khi trái tim đại diện cho một thời nông nổi vừa đang mềm ướt vỡ òa. Từng bài hát cũ gợi lên con đường xưa mà chúng tôi từng nghe trong độ tuổi chưa biết giận hờn. Từng câu thơ mở toang cửa lòng như mở cánh cửa ngôi nhà hạnh phúc… Trong đó tình yêu làm héo hon những tấm lòng lưu xứ…

Đêm đó, qua Lăng, tôi cũng vừa biết thêm nhóm Pine Hills và những thân hữu của anh tại Florida. Họ là người tỵ nạn từ Việt Nam, từng trôi dạt tứ phương và cuối cùng quy tụ về đây. Đó là những năm 1990-1991. Thời định cư ào ạt của các gia đình H.O. Những thân phận lưu lạc không hẹn mà gặp. Họ từng đi qua bao khuyết đầy của cuộc đời thường nhật để quy tụ về đây. Từ xa lạ, họ đã trở nên quen thuộc, chan hòa một niềm riêng đau nhức. Những môi miệng từng ngậm đau thương hôm qua nơi quê nhà, giờ đây đã nảy mầm lá mật. Những người đàn ông mà tuổi đời—nói theo cách nói của nhà văn Hoàng Hải Thủy—đã gần năm, sáu bó vừa cảm giác được bình minh tràn lên trũng mắt gầy, hốc hác. Trên đất đai mới mẻ, họ muốn nhen nhúm lại một chút tro than của ngày quá khứ. Cái quá khứ dù không chế biến thành thức ăn, nhưng đã nối những tấm lòng không thể nguôi quên lại với nhau như gia vị nêm xuống cuộc đời. Dù trong hoàn cảnh nào, họ vẫn canh cánh trong lòng một lời sông, một tiếng núi.

Bên luống đất lặng tăm hôm nào còn chưa biết đến một đường cày, nay đã mọc lên một ngôi làng người Việt cùng những chợ búa, hàng quán mang hơi hám Sàigòn. Những sinh hoạt, những lễ hội mang màu sắc Việt Nam đã gây chú ý và làm kinh ngạc cho người bản xứ. Một số thành viên nồng cốt trong cộng đồng Việt tị nạn tại đây cũng xuất phát và trưởng thành từ Pine Hills.

Đôi khi cơn bão đi qua nhiều lần trong một năm, như những định mệnh oan nghiệt dành cho Florida, nhưng cư dân của đồi thông này vẫn thủy chung với bốn mùa.

Rồi mọi người đi qua những biển dâu. Qua những thiên tai, nghịch cảnh. Họ đã bền bỉ ghi xuống đất đai này những trang sử lẫm liệt, về sự phấn đấu của con người trước nghịch cảnh. Họ là những cây sậy của Pascal.

Mười lăm năm qua nhanh như một giấc mộng, kể từ khi hình thành cộng đồng, năm 1995, Pine Hills đã trở thành một hiện tượng của thành phố du lịch nắng gió. Là một ngôi làng Việt Nam còn sót lại trong số ba ngôi làng Việt Nam tại Orlando. Lăng nói như vậy.

3.

NHỮNG NGÀY NÀY GIÓ ĐEM NHỮNG ĐÓA HOA LÊ rụng xuống vườn nhà tôi. Sân vườn trở nên trắng muột. Có những lúc người đàn bà trở thành một khuôn mặt của quá khứ trong khi tôi không ngừng nuôi hi vọng.

Tiếng chim làm đánh thức một buổi sáng trong lành.

Người đàn bà mà cách đây không lâu đã thắp ngọn nến sinh nhật của mình lần thứ bốn mươi chín. Giữa một cuộc sống vội vã của cơm áo đời thường, sự ra đi của nàng giống như một chiếc xe không mở đèn báo hiệu mà vượt qua những lằn ranh ước lệ.

Tôi nhớ một lần nàng đã cùng tôi đi trên đoạn đường như vậy khi xuôi về Houston. Lúc đó chưa có hơi hám của thu. Chưa có heo may thổi về làm rối tung mái tóc nàng. Đôi lúc có vài cây hồng đào lạc lõng hiện ra bên đường. Tôi thầm nghĩ những vạt nắng ngoài kia đừng chói chang quá thì có thể tình yêu của tôi và nàng sẽ không sớm bị bốc hơi.

Thành phố tôi và nàng cư ngụ có những nhánh sông con chảy làm thành hồ lớn. Có những chiếc thuyền chạy bằng buồm và những chỗ tắm nắng mùa hè. Nhiều lúc xe chạy trên cầu nhìn xuống, tôi thấy vài chiếc thuyền chạy đuổi nhau, kéo đằng sau đuôi nó vệt sóng trắng thành những đường cày trên nước. Không khác nào dấu vết của bạc lòng cắt ngang qua tình yêu của hai chúng tôi. Làm sao để làm cho liền lạc lại?

Khi tôi ba mươi tuổi, tôi chưa tưởng tượng ngày già nua. Nghe xa xôi quá và mơ hồ quá. Dầu sao tôi chỉ mới vừa nửa đời người. Tình yêu và những ước mơ, những tham vọng đan quyện nhau như một cơn mưa phùn nặng hạt rơi tràn một ngã tư. Có ánh đèn đêm lấp lóa rượt đuổi theo những bánh xe. Có con đường và bờ cỏ tương tư nhau câu chuyện đời hiu hắt.

Rồi bốn mươi… Rồi vèo một cái, năm mươi… Mỗi mười năm, như một cột mốc cắm sâu xuống chặng đời. Từng ước mơ úa vàng quay quắt.

Một lần khác, nàng theo tôi trở về lại Việt Nam. Một vài hôm tôi thuê xe đưa nàng về thăm Đà Lạt. (thành phố quen thuộc với tôi nhưng xa lạ với nàng.)

Tôi từng có một lần ra đi và hứa với lòng không trở về cái thành phố của riêng tôi. Những góc phố ướt mưa vẫn nằm im trong trí nhớ không chịu cựa mình. Tháng Giêng làm lạnh bông cúc bên đường. Tôi đi qua chiếc quán cà phê của tôi và ai đó, đã từng có thời ngồi với nhau.

Hôm đó nàng vô tình gọi tên đó là "quán tình nhân" —một cái tên làm tôi điếng lòng—Nó đánh thức trong tôi một tình yêu có giọt nước mắt chạy vòng quanh, một khung trời tưởng như đã cũ. Và tôi đã từng nghe ở đó tiếng cười trong veo của người đàn bà của bốn mươi năm. Nghe những bước chân giẫm lên ngạch cửa như giẫm lên tình yêu cũng già như vậy.

Rồi tôi tưởng tôi quên được nàng. Nhưng khó quá. Khi qua Mỹ định cư, tôi biết người đàn bà mà tôi từng đắm say đó có một tình yêu khác. Những cuộc sống tất bật làm tôi nhớ ít về nàng. Đôi khi tôi lẫn lộn giữa thực hư, tôi thấy tôi đứng lại bên đường, dưới một mùa xuân có tro và bụi thời gian đã thành quá khứ.

Buổi sáng thức dậy chợt biết cơn đau là có thật và chờ nghe niềm tin đời, tin người chìm vào đất. Tôi nhủ thầm với lòng, là hãy ngủ yên nhé… tình yêu.

Chiếc quán khuya có ánh đèn rọi ánh sáng cần thiết vừa đủ trên mặt bàn hai chỗ ngồi. Bó cúc vàng tinh khôi đang cồn cào mơ về một thuở cành nhánh trù phú. Đà Lạt chìm đắm trong màn đêm và tiếng gió lay động những mái che. Đường phố mang một hơi thở mùa xuân. Đường phố đó đang nói với tôi sự cô đơn luôn là một mặt khác của đời sống.

Làm sao để tôi phơi lòng của tôi trên những cành xanh mà không nghe chạm giông bão?

Giao thừa đó tôi thức gần tận sáng, trong lúc nàng đang ngủ ngon. Nơi lầu năm của khách sạn Mimosa (dù ban ngày không thấy một đóa mimosa vàng nào trước mặt.) Tôi khoác áo lạnh ra *balcon* nhìn xuống thành phố đang nửa thức nửa ngủ. Còn một tiếng đồng hồ nữa trời sáng. Một góc đường nhìn lui, sương mù mịt thấp thoáng vài ánh sáng đèn từ các xe gắn máy khi ẩn khi hiện. Đó là những người lao động đi làm sớm. Tiếng máy xe nghèn nghẹn không rõ ràng cùng những cụm khói đông đặc đằng sau ống bô, như vệt sương vừa xa rời một cánh rừng nghiệt ngã...

Tôi đi qua một mùa rét Tháng Giêng nghe hơi thở mùa xuân ngỡ ngàng, như năm nào tôi vào đời vẫn vậy.

Người đàn bà nồng cháy một thời, đang kín mít trong chiếc mền dày, nhưng tình yêu thì không có gì che chắn. Tôi lớn hơn nàng gần một con giáp, vì vậy mỗi một mùa đi qua, đẩy tôi và nàng thêm khoảng cách. Trong nỗi thinh lặng đáng sợ của lòng, tôi nhìn lại bóng mình ngã xuống nền gạch bông. Khi trời sáng, chiếc bóng sẽ không còn và ban mai cũng không làm sao giữ được những trống trải hồn đêm. Những gì thoáng qua mấy ai còn giữ lại. Dù năm tháng biết yêu và biết chờ đợi đấy, nhưng làm sao trả lại một tiếng cười trốn biệt thủy chung?

Hai ngày nữa, tôi hết phép phải về lại Mỹ trong lúc nàng ở lại Việt Nam thêm hai tuần.

Buổi chiều hôm qua tôi gọi *phone* về văn phòng lo thủ tục chuyến bay ở đường Nguyễn Huệ để xác nhận lại chuyến bay. Họ cho biết không có gì thay đổi.

Sáng ở cao nguyên đầy những áo len ra đường. Hình ảnh đó không thay đổi chút nào và con dốc mỗi ngày vẫn ngược xuôi hối hả dòng người. Người ta nói Đà Lạt không hề thấy ngã tư đèn đường, chỉ có chăng những bước chân bối rối của khách bộ hành và những người bỏ thành phố đi lặng lẽ.

Tôi sắp phải nói lời chia tay.

Tôi trở lại Austin nghe cái rét Tháng Hai còn đậm đặc trên mỗi đoạn đường. Tiếng gió rít từng hồi ngoài cửa kính nơi một cửa tiệm bán thức ăn tại Domain. Tôi uống bia một mình và nghe lạnh hơn bao giờ. Chiếc rèm cửa nơi cửa quán vừa run rẩy vừa nghe đau nhói trái tim.

Đêm cuối tuần tôi ngủ muộn và ngồi gõ trên bàn phím những chuyện tình yêu. Những mủi lòng tràn ngập trong tim trong khi tiếng gió cứ ào lên từng đợt.

Những nhân vật chính mang trái tim cổ mộ và những người nữ mang bóng sắc liêu trai. Có những bài viết ghi xuống bố cục không tròn trịa trong đó thấp thoáng những dòng đường một chiều không tìm ra *exit*. Hay những cuộc tình mà đôi tình nhân lạc mất nhau từ một ngã ba.

Có người nói văn của tôi đọc nghe buồn quá. Nó không chở chuyên đến cho ai nụ cười mà làm đầy thêm ngấn lệ.

Những bông hoa nở giữa vườn, hương thơm đôi khi bay xa ra khỏi nơi chốn mà nó đang tồn tại. Tình yêu của tôi dành cho bất cứ ai, cũng không cầu kỳ mà giản đơn... Có những người chỉ cần tình yêu mà không cần phép lạ. Như vậy cần chi phải hối tiếc về cái thời nông nổi?

Khi xa cách một tình yêu—xa cách hẳn một người đàn bà—tôi mới hiểu mình yêu người ta nhiều như thế nào. Tôi và nàng đã thực sự đi riêng một con đường, những lo lắng và hân hoan không giống nhau. Giữa cao thượng và dung tục của đời, tình yêu trở thành một cung bậc mới. Tự nó sẽ hóa giải mọi thứ và tôi không biết giữa tôi và người mình yêu, ai đã cho nhiều hơn nhận. Ai đã san sẻ và bù đắp nhiều hơn ai?

Ở cuối một dòng sông, không có một khúc quành nào để cho ghe thuyền đậu lại. Khi một người đàn bà đi về phía của mênh mông, đằng sau họ chỉ còn là ảo ảnh.

4.

TRẬN MƯA THÁNG BA BỖNG DƯNG ẬP TỚI KHÔNG một lời báo trước. Không lớn, nhưng đủ làm trôi rác rưởi cùng lá nhỏ trên đường. Chúng vừa có mặt chiều qua, giờ đã chia tay với mặt đường để trôi vào cống rãnh. Tôi ngồi trong tiệm nhìn ra. Không định chôn chân mà phải chịu, vì không thể rời khỏi đó. Mưa không tạt được đến bên trong, nhưng lòng tôi ướt át.

Những chuyến buýt đến đậu nơi trạm dừng, rồi vượt đi. Ngọn đèn nhấp nháy phía trước. Nó mang trong lòng những trái tim muộn phiền hay vui tươi để cuối cùng rồi ai cũng phải lao xuống một bến đợi. Và cuộc đời có bao nhiêu nhịp đập để san sẻ hay bù trừ? Tôi không thể trả lời. Trong khi người nữ bán hàng đang lau chùi khung kính mờ đục vì hơi nước. Nàng như muốn cười với người khách lạc lõng. Nhưng chắc không hẳn như vậy.

Đêm nay, có một người đàn ông ngoài sáu mươi sẽ về dưới lòng mưa không kịp có một thân dù mở ra độ lượng. Sẽ không có ai để tôi cúi xuống dò tìm một bờ môi thanh tân và đôi mắt nhắm nghiền run rẩy.

Tháng Ba ơi, xin gửi trả một màu hoa và cơn mưa cũ, ướt mềm...

NHỮNG ĐIỀU SẼ KHÔNG BAO GIỜ CŨ

MỘT BUỔI TỐI NGHE TIN NHẮN CỦA NGUYỄN KHÔI VIỆT, anh hỏi tôi còn ở địa chỉ cũ hay không? Tôi trả lời là đã lưu vong qua nhà của con gái Q… không còn thường xuyên ở căn nhà kia vì có vài chuyện riêng gia đình. Anh hỏi tôi địa chỉ mới. Tôi cho anh địa chỉ nhà và lòng áy náy vì biết đằng sau những dấu chấm ngập ngừng của dòng tin nhắn kia là quyết tâm của hai vợ chồng là muốn gửi tôi một cái gì đó.

Vài ngày sau, anh viết:

"*UPS* thông báo nói đồ gửi cho anh sẽ đến trong ngày thứ bảy. Anh để ý coi nhé…"

Trong gió trưa thứ bảy của Tháng Mười Một nghe nhấp nhổm trong lòng màu nắng nghẹn đến cong queo. Con gái của Q. lái xe ra thùng thơ công cộng lấy món quà về. Tôi ôm trong tay thùng quà nhẹ tênh nhưng nặng sâu tình cảm. Tôi nghĩ trong lòng phải chi ngay lúc này được ôm vai hai bạn mình—như đang ôm món quà—trong đó có cô đơn, có tiếng thở dài và có biết bao vui buồn trú ngụ?

Lâu rồi, tôi đã quên cách để cười và cái đầu bắt đầu quen những chuyện nhớ quên... Bắt đầu chấp nhận những điều chưa trọn vẹn. Vậy mà thùng quà cùng những lời nắn nót của Nhật Nguyễn, trên trang giấy quen thuộc đi qua mấy trăm dặm đường dài—đủ ru ấm, đủ lấp đầy khoảng trống... những niềm riêng vừa nằm lại đâu đó, dịu dàng.

Tôi hứa có một ngày lái xe về thăm hai bạn hiền. Thăm lại ngôi nhà vùng Slidell, Louisiana. Nhưng không biết ngày đó là ngày nào. Lời hứa chưa thực hiện thì hôm nay lại thêm một món nợ ân tình khác. Mọi đời sông có thể nhập chung dòng, nhưng biết bao giờ mới chảy về biển cả?

Trong thùng quà, ngoài hai món đồ—một dành riêng cho Q. một dành riêng cho tôi—còn có hai gói trà hoa lài tự tay cô em gái của anh ướp và sấy gửi qua từ Bảo Lộc. Nhớ lời dặn của Nhật Nguyễn, cách đây mấy năm:

"Buổi sớm, anh nhớ pha một bình trà nóng, ngồi nhâm nhi ở cửa sổ, nhìn ra vườn, và nói với... (ai đó?)

Lời nhắn nhủ như một giấc mơ nhỏ mang màu bông hoa cũ. Tôi mường tượng về những tháng ngày không thật. Đi qua vuông sân cỏ ướt mềm sương sớm. Tìm kiếm một chiếc nút áo đánh rơi, nơi chiếc áo mặc về từ một đêm mưa ướt.

Món quà như một đóa quỳ Tháng Mười Một sáng tươi trộn tôi vào nỗi nhớ, đủ đóng khung tình bạn chúng ta vào một góc rỗi tương phùng.

Đâu phải Tháng Mười Một dành cho những thui thủi một mình. Tháng của ốm o như hình ảnh hai con số *"một"* gần nhau, cũng ốm o như vậy…

Hình như hôm qua tôi còn mệt mỏi biết bao nhiêu. Cơn cúm lạ lùng khiến tôi phải uống thuốc ho và trụ sinh quá nhiều để đêm biến thành ngày và ngồi đâu cũng cảm thấy buồn ngủ. Cơn gió ngoài sân vườn len vào trong này, chạm vào lòng, như tiếng đời đang kể với ai chuyện buồn vui. Chuyện người đàn ông gần 80 mà sao nghe như mới vừa qua thời cắp sách? Người đàn ông già từng trượt chân ngã xuống đời. Từng thấy tủi thân và điếng lòng vì vỡ nát?

Hình như hôm qua đôi chân trần còn rượt đuổi theo giấc mơ, còn giận những xước trầy lận đận.

Vậy mà hôm nay món quà thơm lừng nỗi nhớ thương trộn lẫn, đang nặng trĩu trong tay. Và giống như đứa trẻ muốn được bồng bế, tôi cảm giác mình an nhiên cất giấu nỗi buồn vào đáy mắt trũng sâu. Giũ bỏ những bão giông bên ngoài cánh cửa.

Tình bạn, giống như bụi phấn của đời đã gom lại và phút chốc thả kín căn phòng đến nỗi tôi nhận ra mình đứng nơi nào cũng thấy vừa mênh mông, vừa chật chội…

Xin được cám ơn tấm lòng của hai bạn… Cho nợ nhé…

BẾN SÔNG TRÍ NHỚ

1.

KHI TÔI BIẾT CHƠI THẢ DIỀU THÌ BA TÔI MẤT. CON diều ốm o không bay hết cánh đồng bên dưới có cỏ gai và hoa mười giờ mọc xen lẫn. Buổi chiều mùa thu có thêm những nhánh lá tai thỏ bay lãng đãng trong gió. Khi lớn khôn, tôi không còn có cơ hội để tự mình chạy theo những cánh diều. Tôi cũng không còn thì giờ để làm thủ công một con diều giống ngày xưa như ông ngoại tôi đã làm. Đồng ruộng đã dần dà mất đi thay vào đó những đường phố, nhà cửa. Khung trời cũng hẹp thêm bởi những lầu cao che mất tầm nhìn.

Không ai còn nhớ nơi đó từng có một khu rừng—đó là một danh từ trừu tượng mà tuổi thơ chưa từng thấy và cả ngay khi lớn lên—cho nên trong cái đầu nhỏ nhoi chúng tôi luôn gợi lên một vị trí mang đầy những kích thích, mơ hồ. Rồi khi có nha địa dư để vẽ lại diện mạo của thành phố thì dân số đã bùng nổ, rừng đã trở thành quá khứ.

238 | nơi đất đai giấu đi con người và những ký ức

Con đường ban đầu được thành hình từ những vệt bánh xe bò chở củi trong rừng ra chợ. Đôi khi xe có chở thêm dưa hấu và bông vạn thọ vào dịp Tết...

Giữa thập niên 40, có tiếng súng vang lên ở bên kia cánh đồng. Những bóng đen lầm lũi giữa đêm bên kia cầu Cỏ May. Và người ta thầm thì với nhau về một cuộc chiến do Việt Minh khởi xướng. Trên bàn cà phê ngoài quán Liên Tinh không còn ba tôi để vừa nghe ông kêu thêm một ly xây chừng vừa nói với tôi một câu quen thuộc:

"Coi chừng nóng, đa..."

Căn nhà mà chúng tôi lớn lên suốt một thời niên thiếu không có nhiều tiện nghi. Và cũng giống như mọi căn nhà thời đó, một gian cùng hai chái. Mùa mưa nghe nước trút từ trời, tạt qua mái tôn và chỉ thoáng chốc đã ngập hết cái thềm bằng gạch tàu.

Tuổi thơ của tôi là những chiều ngồi trong nhà nhìn ra...

Má tôi đi làm từ sớm. Trước khi đi bà để tiền trong hộc bàn để sáng ngày tôi đi chợ mua thức ăn về nấu cho mấy đứa em.

Nếu ước mơ là những cánh diều thì ước mơ của tôi là con diều đang lảo đảo lúc nào cũng muốn rớt. Không phải vì thiếu gió mà vì rách nát và sợi nhợ cột đằng sau đuôi ngắn quá...

2.

NHƯNG TRƯỚC KHI NÓI ĐẾN ĐIỀU NÀY, TÔI MUỐN nói về một vùng thổ ngơi nằm lọt thỏm giữa biển và sông.

Con đường liên tỉnh dài hai mươi lăm cây số nối liền với Bà Rịa và chạy qua cầu Cỏ May. Nhưng vừa qua cầu có một nhánh quẹo trái dẫn vào một làng nhỏ hẻo lánh. Ngày đó quê ngoại thuộc Long Điền. Đến thời Đệ Nhất Cộng Hòa Long Điền sát nhập cùng với Bà Rịa để trở thành tỉnh Phước Tuy.

Đó là một vùng đất nằm giữa biển và sông, đặt biệt có các ruộng muối vuông vức. Mùa hè muối phản chiếu mặt trời lấp lánh giống như những chiếc gương soi mặt của người khổng lồ. Cuối Tháng Năm, khi bắt đầu những cơn gió mùa thổi về và sắp có mưa dầm, người ta cào muối lại thành đống rồi che đậy cẩn thận, sau đó chuyển vào vựa, trước khi bỏ vào các bao đệm, đem lên Sài Gòn bán.

Thời thơ ấu của tôi không quyến luyến nhiều những ruộng muối như vậy. Không còn nhớ nhiều một vùng đất đai quê mùa. Dân làng không đông, khoảng gần hai mươi nóc nhà nằm dọc mé sông làm thành một bến ghe nhỏ. Trời thương nên đời sống kinh tế quanh năm cũng tương đối đủ ăn, ít khi bị mất mùa. Vì là mảnh đất nằm giữa biển và sông nên nước ở đây không mặn không ngọt, mà lờ lợ. Nước uống thì lấy lên từ một cái giếng duy nhất trong làng.

Tôi chỉ nhớ bao nhiêu vì tôi chỉ có vài tuần nghỉ hè về chơi. Nhà của ngoại nằm đầu tiên từ ngoài đường vô, rồi mới tới những căn nhà khác. Chúng rời rạc cách xa nhau, đến nỗi sụp tối chỉ thấy ánh đèn heo hút y hệt những con đom đóm lạc lõng. Rồi biến mất. Cho biết họ tắt đèn ngủ sớm...

Ngoại tôi mở quán nhỏ bán cho khách thương hồ. Buổi chiều tôi chứng kiến những chiếc ghe cào về đậu trước khi nước ròng. Tiếng nước vỗ vào hai bên thuyền cùng tiếng dây thừng đập mạnh vào đất... Tiếng chào hỏi, dứt lát...

Ở trên bờ từ xa chưa gì họ đã phân biệt chủ của từng chiếc ghe nhờ những hình vẽ trước mũi. Một vài ghe có đánh số, vài ghe khác vẽ hình con mắt—tôi không biết tại sao lại là hình con mắt—Những hình vẽ có khi giản đơn, có khi cầu kỳ. Vài chiếc cũ có từ thời xa xưa, nhưng có vài chiếc mới, hông thuyền vừa được sơn bóng bằng dầu chai.

Xác lá bần tươi trôi trên sông, cộng với mùi bùn quện bên thành ghe, trở thành một mùi quyến rũ, chất phác. Dưới nắng chiều, những thân thuyền về nằm trên sông nước bỗng thu hút tia nhìn của một đứa trẻ là tôi. Mái chèo trở nên quyến rủ hơn và ước chi tôi đủ lớn để giống như một người trong số họ. Để đi hoài trên sông và không cần biết tuổi thơ sẽ trôi về đâu. Nghe tiếng gió gầy thổi qua những vai ngang mà thương cho lênh đênh phận đời. Tôi sẽ nhìn xuống bên hông thuyền để xem coi đôi mắt mình đang tươi trong như thế nào. Hoặc những đêm trăng nằm giữa những mảnh ván nhìn lên. Chỗ nào giống hình cây đa có chị Hằng và chú cuội...

Tôi còn nhỏ để không biết cuộc đời mai này là những chuyến đi...

Để nghe ngây thơ cháy rát môi chiều.

3.

GIỮA ĐẦU THẬP NIÊN 40, NGƯỜI NHẬT ĐANG CÒN chiếm đóng Việt Nam. Trong ký ức của tôi còn nhớ những người lính mặc đồ *kaki* vàng có thắt lưng làm phình rõ hai ống quần, mang kiếm dài đi lại trong vùng. Họ đồn trú trong một trại lính bên kia sông. Buổi sáng—thời gian má tôi còn ở cùng ông bà ngoại—bà ra giặt giũ bên này bờ sông. Tôi xẩn bẩn bên cạnh bà trong khi nhìn những người lính lố nhố bên kia bờ. Dáng điệu của họ dù không làm tổn thương ai, nhưng cũng làm tôi sợ hãi.

Có những chuyện không đầu không đuôi trong giấc ngủ và sáng ra tôi buồn. Những tiếng chim sầu muộn rớt bên cánh đồng cùng con nước lên xuống từng ngày.

Đêm miền quê hiếm muộn những ánh điện đường và gió thổi ngược từng cơn trên đường ra chợ Bà Rịa. Những chuyến xe đò chạy bằng than vụt qua, bắn tia lửa như pháo bông xuống mặt đường lởm chởm.

Quán ngoại không có gì nhiều ngoài một vài món đồ dùng cho việc bếp núc. Vài chai nước mắm, chai dấm, hủ chao. Vài hủ đường tán màu vàng sậm còn dính những sợi mía... Chiếc rổ ngửa ra, nụm nịu trong đó đâu chừng chục chiếc trứng vịt. Màu trắng tương phản màu khói bếp. Bên vách lá làm bằng đọt dừa, nổi bật bình rượu đế luôn được châm đầy... Một kệ khác, đựng vài thố bánh kẹo.

Bà ngoại thức dậy từ khuya để chuẩn bị cà phê và trà cho khách. Đó là những nông dân phải ra đồng sớm. Đó là những chủ ghe lo toan một chuyến đi dài. Đó là những bạn hàng cũng ghé lại quán của ngoại tôi để nói dăm ba câu chuyện trước khi đi bộ thêm một khúc đường để đón xe ra chợ.

Đôi khi tôi ngủ phía sau vách ngăn. Giấc ngủ bị ngắt quãng nhiều lần, bởi những câu chuyện khi lớn khi nhỏ, giống như âm điệu một lời ru.

Ban ngày, có khi ngoại nhờ tôi phụ đong cho khách hàng một chai nước mắm, hay một lít dầu hôi. Nước mắm thì có sẵn trên kệ, nhưng dầu hôi thì tôi phải cực hơn vì đôi khi phải hút dầu (bằng miệng) từ chiếc thùng thiếc hiệu con gà qua một ống ni lông. Và dầu tôi cố gắng thế nào, cũng có đôi chút dầu chảy lãng phí ra trên đất. Tôi liếc chừng sợ ngoại thấy bị rầy. Nhưng ngoại thấy mà không nói gì mà còn khen tôi.

Việc thích thú nhất là bán bánh cho mấy đứa nhỏ. Trong khi tôi hỏi:

"Kẹo đậu phộng một cắc mấy cái vậy ngoại?" thì bàn tay tôi đã chạm đến những hạnh phúc nhỏ nhoi mà bất kỳ mọi đứa trẻ nào cũng ao ước.

Ngoại chưa nghe kịp vì bà đang ở dưới bếp thì tiếng của bà hàng xóm phụ bán cùng ngoại đang quan sát tôi nãy giờ, một đứa nhỏ thị thành về quê dù sao cũng đáng để cho người lớn thích thú:

"Một cắc hai cái con ơi. Con mà bán hơn thì ngoại con dẹp quán…"

Tôi nhớ những buổi chiều mưa. Chỉ có gió và tiếng chim bìm bịp chờ nước lớn kêu từng hồi. Vựa củi được xếp ngay ngắn sau chái hè, lâu ngày trở thành màu đỏ. Nhiều khi có mấy con cua đá từ dưới nước bò lên trốn trong đó. Khúc sông mù mịt khuất lấp những cụm bần mọc không hàng ngũ.

Tôi nghe tiếng chào hỏi phấn khích của người trong quán gửi tới người sắp lên bờ. Họ mới vừa chia tay với sông nước và những bàn chân trần to bè đang giẫm lên chiếc cầu tạm bợ. Những xâu mực, xâu tôm, xâu cá đung đưa trên vai áo màu bùn. Đó là những gì họ dành được từ một chuyến đi, đem về. Và lát nữa đây sau bữa cơm chiều có thể ngoại tôi sẽ nướng giùm cho họ.

Họ nói đủ thứ chuyện mưa nắng, chuyện mùa màng. Chuyện những cảnh đời ngang trái rút ra từ những tuồng hát cải lương.

Tôi ngủ quên cùng với tiếng củi tí tách bên bếp lò. Rồi thức lại. Ngoại đang nấu thêm nước sôi. Chiếc đèn *"manchon"* treo giữa trần mái. Đủ để ánh sáng trong vắt đậu xuống mặt bàn tre. Hai chiếc băng chắp vá gấp gáp bằng những thân dừa nước, lâu dần bóng lưỡng. Tiếng cười nói, tiếng chén đũa chạm nhau sắc vót, không ngại ngần…

Lâu lâu có người dễ tính đi ngang qua chỗ tôi nằm và nhìn. Thấy tôi chưa ngủ, ông hỏi:

"Đứa này con ai vậy, Bà Ba?"

"Con của Bảy Nhạn đó. Nghỉ hè má nó gửi về chơi mấy ngày."

Ông khách lén tặng cho tôi một miếng kẹo nhỏ. Tôi bỏ nhanh vào miệng để thưởng thức mùi vị đặc biệt của thức ăn, trước khi nghe bà ngoại rầy rà…

Tôi không biết tại sao có những điều thuộc về người lớn mà con nít không được tham dự vào. Tôi chưa đủ tuổi để hiểu rõ những tác hại của rượu chè, của la cà quán xá. Tôi chỉ cảm thấy thú vị khi được chứng kiến những sinh động của lớp người trưởng thành. Tôi muốn được thức khuya như họ và ăn những món ăn ngon lạ lùng được lấy ra từ bếp than nóng. Tôi muốn được vui như họ và buồn như họ.

Nhưng tôi không thể thu về những điều đơn giản như vậy vì vòng tay còn non yếu quá. Nhiều chục năm sau, tôi có cơ hội để nắm bắt những giá trị thơ ấu trong tay thì tôi đã mất đi niềm háo hức. Những ly rượu và những món đồ "nhắm" đưa cay từ một quán gió bên đường, chỉ có cảm giác sảng khoái trong vài phút giây, chớ không làm đậm đà dài lâu giữa chợ đời thăm thẳm.

4.

MỘT LẦN CẬU SÁU TÔI GHÉ CHƠI. CẬU LÀ CON TRAI lớn của ngoại và là em má tôi. *(Không biết tại sao cậu lại thứ Sáu?)* Vì là con trai lớn nên cậu được ông bà ngoại chia cho phần đất hương hỏa, gồm có một thửa ruộng muối và một cái giếng nước ngọt dùng đủ cho cả xóm. Nhà cậu cách quán ngoại không xa nhưng dưới mắt tôi thì vời vợi.

Cậu lập gia đình trẻ và rất thương tôi. Đi đâu cậu cũng khoe thằng cháu ốm o, nhỏ con nhưng học giỏi nhất làng (Đúng vậy không? Tôi nghi ngờ, nhưng nhìn quanh, thì chắc không có đứa nhỏ nào sáng láng hơn.)

Sau này, lớn lên và nghe ngoại tôi kể lại, chiếc giếng

nước ngọt trong vuông đất cậu tôi, có từ thời vua Gia Long, khi Ngài dẫn quân lính bôn tẩu về phía Nam. Truyền thuyết nói, lúc dừng lại đây và binh lính đang sắp chết khát vì không tìm ra nước ngọt, Ngài đứng trên đất hương hỏa của gia đình ngoại tôi ngày đó và quỳ xuống cầu Trời. Rồi ra lệnh lính đào sâu xuống từ nơi mũi kiếm mà Ngài đang vạch ra... Chừng nửa ngày mạch giếng trào lên và lính đem đến dâng Ngài những chén nước ngọt lịm đầu tiên. Nguồn nước trong vắt chảy ra quanh năm suốt tháng.

Lâu dần trải qua nhiều thế hệ, giếng vẫn còn và miệng giếng được xây chắc chắn bằng xi măng. Cũng theo người lớn, giếng không bao giờ đục nước. Những ông bà già lớn tuổi cấm không cho các cô gái thân thể *"không được sạch sẽ"* đến gần bên giếng.

Nhiều đêm sáng trăng là những cơ hội cho trai gái trong làng đến gánh nước và tỏ tình. Chiếc gàu thả xuống nghe đốp chát đủ làm run rẩy một vầng trăng bên dưới, nhưng tình yêu của đôi trai gái thì thênh thang, rỡ ràng. Những cuộc tình lớn lên từ lòng giếng mát rượi, không vẩn đục và không có rong rêu. Những cuộc tình lớn khôn bên những thùng nước trĩu vai và những búi tóc đen dậy thì rún rẩy.

Cho đến ngày làng xóm biết đến chiến tranh. Những bàn chân trần hết còn quay về đó và những chàng trai những cô gái không kịp nắm tay vào đời. Họ đi về một hướng riêng, nhọc nhằn và đầy bất trắc...

5.

KHI TÔI VÀO ĐỜI, TÔI LUYẾN TIẾC CÁI QUÁN NHỎ của bà ngoại tôi cùng những hình ảnh đeo đẳng trong trí nhớ. Những cuộc nhậu nửa đêm về sáng và những tiếng đời hào phóng theo lời mời cụng ly… Những ngực áo mở tung rám hồng không hẳn vì nắng gió ban ngày mà vì hơi rượu tàn đêm. Những bàn tay vuốt ngược mái tóc về phía sau điệu đà như một dân chơi và những đường gân từ hai bên cổ nhảy xoi xói, chuẩn bị lấy hơi cho một bài ca vọng cổ…
Những đêm gần sáng nghe có tiếng người vào mua một món đồ. Tiếng mưa bay trên mái nhà. Những mái chèo buông rơi lọt thỏm xuống mặt sông đang phù sa váng vất, cùng lá bần tươi dập dềnh. Tôi cũng nhớ ruộng muối quanh năm lấp lánh màu bạc vì phản chiếu ánh mặt trời. Nhớ những vai áo bà ba đen lâu ngày bạc phếch của những thợ cào muối. Nhớ chiếc giếng Gia Long.

Cái tình quê như vậy hình như không còn đi theo tôi suốt những ngày khôn lớn. Nó không có mặt, bị chìm khuất trong cái hỗn độn của đời sống đương thời và cái u ám của chiến tranh. Tôi đi vào đời không còn nghe những âm thanh êm đềm nơi quê ngoại. Không còn thấy trên đầu những cánh diều ngơ ngẩn trì kéo sợi dây mơ ước như trì kéo hạnh phúc tươi non.

Người ta nói sự thổn thức về một quê hương chỉ có thể hiện hữu và lên tiếng một khi trái tim ướp đầy hương vị của quá khứ. Như một sợi dây đàn chỉ có thể bật lên một âm điệu khi ngón tay chạm đến. Tình yêu quê cũng vậy. Chỉ có thể rung động và ngào ngạt cảm xúc, khi con người chạm đến một khổ đau.

Những mảnh trăng non mùa thơ ấu của tôi, làm sao để tôi nhớ hết một khi tôi không còn quay về đó.

Má tôi không trở về và ba tôi cũng vậy. Cả hai người có việc làm ổn định và kéo một bầy con lếch thếch ra khỏi quê. Đứa lớn bồng đứa nhỏ nhứt và đứa giữa ôm hành lý phụ với ba má trèo lên bục xe đò. Không có hành lý nhiều đem theo ngoài những bộ quần áo hoa hòe hoa sói trên mình. Chúng tôi ngồi giữa những giữa những quang gánh, giữa hơi người dù mới là sớm mai. Mặt trời chưa lên cao nhưng đã có ánh sáng lấp lánh khi xe ngang qua những ruộng muối. Có những cánh cò trắng muốt bay nhập vào chân trời.

6.

MỘT NGÀY GẦN TỰU TRƯỜNG, TÔI SẼ TRỞ VỀ ĐỂ KỊP đi học, tôi xin ngoại cho đi tắm sông. Khúc sông lặng tăm ngày thường vậy mà hôm đó ngoài tôi ra, còn có thêm vài ba đứa trẻ khác. Tụi nó là dân nhà quê chính hiệu và bặm trợn thì phải biết.

"Ê thằng nhỏ biển kìa tụi bây!"

Chúng kêu tôi là thằng nhỏ biển, dù da của chúng đen và mốc cời hơn da tôi. Tôi cười làm quen. Nhưng có vẻ không đứa nào chịu làm quen. Một đứa trông dữ dội nhất ghếch chân lên một gò đất, dáng điệu giống như một kép hát trẻ trong một tuồng hát bội, đang lấy tấn:

"Biết lội không mà xuống đây?"

"Biết chớ." Tôi nói mà không tin vào khả năng của mình…

"Biết đánh lộn không?"

Trời đất. Đó đâu phải là điều mong muốn của một đứa nhỏ yếu đuối như tôi. Cũng chưa bao giờ tôi coi chuyện đánh nhau là bài học vỡ lòng. Nhưng tôi vẫn nói cứng:

"Biết…"

"Vậy *bặt co tay đôi*…" (Có nghĩa là chơi tay đôi)

"Đánh thì đánh."

Nhưng tôi bắt đầu sợ và thấy run. Nhìn quanh quất coi có người lớn nào đi ngang qua để cầu cứu. Nhưng nào thấy đâu. Con đường lúc đi tôi thấy ngắn, nhưng giờ thì thấy dài và mênh mông.

Mấy đứa kia reo hò ủng hộ chuyện vui sẽ xảy ra, còn tôi một mình không có ai.

Bảy, tám tuổi, tôi đã biết thế nào là sự khiếp nhược…

Buổi chiều hôm đó lần đầu tiên trong đời tôi cảm nhận sự hèn nhát. Và trong khi tên kia gồng cánh tay lên để khoe cơ bắp và chuẩn bị chiến đấu. Những tên khác chờ đợi một cuộc chiến "một mất một còn" thì tôi quay lưng ù té chạy, trước sự bất ngờ của chúng. Tôi nín thở và có bao nhiêu sức lực trong người tôi đem ra chỉ để dùng cho việc chạy… Không đứa nào chạy đuổi theo tôi. Dầu gì, đứa con của phèn chua nước lợ đã lai căng, trót tẩm lên da thịt mình mùi vị của biển. Đáng đời. Ruộng muối phì nhiêu chung quanh nhà cậu Sáu tôi không đủ mặn hay sao mà tôi phải ủ trái tim ấu thơ mình thêm một lớp muối khác? Từ biển?

Tôi không bao giờ quay trở lại đó một lần nào nữa.

Cũng không biết con sông chảy qua nơi quán ngoại tôi có làm đau đất đai hay làm đau bao nhiêu mảnh trăng rằm, nhưng tôi thì đau suốt nhiều chục năm dài.

Thằng nhỏ biển phải chi trụ lại và lăn xả vào cuộc chơi dù máu me thương tật. Dù phải làm một cánh diều căng đứt nhưng vẫn còn nghe trên cao kiêu hãnh một bầu trời...

Những cơn mưa mùa ngâu cũng lạnh cùng sông.

Những chú chim sâu sáng nay chờ đợi một nắng ấm.

Tôi không trở lại Vũng Vằng ngót ba chục năm.

7.

BÂY GIỜ KHÔNG AI CÒN NHỚ TÊN VŨNG VẰNG quê mùa. Vì nó không gợi lên một vùng đất từng có vị Vua khai phá ghé lại và chĩa mũi kiếm xuống đất nguyền rủa nắng nôi. Không còn ai xúc động khi đứng bên thành giếng Gia Long nhìn xuống. Không còn sợi dây dài nối liền với chiếc gàu sòng như những cơn mơ nối liền thời trai trẻ. Mà thay vào đó là một máy bơm.

Nhà cậu Sáu tôi vẫn còn bên cạnh giếng. Nhưng cậu đã mất. Mợ Sáu tôi quá già, đến nỗi gần như không nhớ có một đứa cháu ốm o và mê làm thơ tình như người ta mê gái.

Khung trời lạc lõng trên đầu nhắc tôi một quá khứ vỡ òa. Nơi có tiếng mưa rơi ào ạt trên mái nhà ngoại tôi. Nơi có dòng sông đen ngòm ở một khúc quành vì phù sa tụ lại. Tôi không biết con sóng vô tư có còn mãi đập vào hông thuyền như ngày tôi còn nhỏ?

Khi tôi vào lính, làng cũ đã đổi tên. Tôi không một lần ghé về thăm. Tâm hồn tôi chỉ còn lại một màu xanh ngỡ ngàng của biển. Mọi thứ tuột khỏi trí nhớ tôi ít nhiều.

Sau năm 1975, Vũng Vằng trở thành xã Long Nguyên(?) và nghe nói trở thành một hợp tác xã làm muối. Những trái tim đôn hậu đã bị muối làm chai hóa tình người và bến sông nghe nói ghe thuyền không được đậu lại vì "nhà nước" sợ dân làng tổ chức vượt biên.

Không phải mọi dòng sông đều có riêng một tiếng nói. Dòng sông quê ngoại của tôi cũng vậy. Nó chỉ có tiếng nói riêng một khi lòng sông tự nó ngậm mãi phù sa làm bằng những tình tự của chính người đang bám chặt đất đai. Những phù sa vô tư chảy hoài trên mọi thời gian, sẽ rất chân thật vì nơi đầu nguồn chứa đựng những tấm lòng đôn hậu của con người. Không hề biết có căm thù giai cấp. Sự đau khổ của những người sinh ra trước tôi, trong thế hệ thứ nhất, quá thừa. Chúng ẩm ướt mồ hôi nước mắt và làm chật chội một hồn sông.

Khi tôi về Vũng Tàu và lớn lên theo những bè bạn chung quanh, thì đô thị đã đẩy cánh rừng quá khứ của tôi lùi xa. Đêm đã hiếm hoi vầng trăng và ngày cũng không thấy một cánh diều. Mỗi ngày đi học, tôi chờ đợi một tiếng chim sầu muộn rơi xuống thương một mùa heo may, trong khi tiếng gió cũng gầy hay sao mà nghe đau buốt một vai đời…

TẠM BIỆT NHÉ, NHỮNG NON DẠI CÒN XANH

1.

TÔI TỪNG ĐỌC ĐÂU ĐÓ "TẤT CẢ CHÚNG TA CÓ THỂ đốt cháy tuổi thanh xuân tươi đẹp của mình để đổi lấy một người đồng hành." Cô gái từng đồng hành với tôi, mấy chục năm trước bây giờ ra sao rồi? Cô gái mười bảy tuổi mà tôi từng yêu ngày đó, bây giờ ra sao rồi?

Những lục địa lặng lẽ trượt khỏi nhau để làm riêng một đất liền, như em đang trượt khỏi tôi, để tự mình ngồi nghe một đắng lòng dại dột.

Buổi sáng đó tôi đưa em đến trạm xe để đón xe về Sài Gòn. Từ Sài Gòn em đón thêm một chuyến xe khác về thành phố của riêng em. Nơi có khung trời lúc nào cũng ảm đạm vào buổi chiều. Nơi có khung cửa xanh giấu đằng sau nó bao điều bí mật. Cùng mùa đông khiến người ta ngủ sớm.

Chỗ lên xuống để bàn chân người trèo lên không có vẻ gì là an toàn và điều này làm tôi sợ em té. Trong khi em từng bước phân vân, không phải sợ, mà không muốn đạp lên nỗi buồn. Nhiều khi chúng ta không biết được những ngày tháng vừa có ấy thực sự rất tươi đẹp cho đến một lúc nào quay đầu nhìn lại chẳng còn thấy nó nữa. Như lúc này, nơi tôi đứng có cây điệp non chưa kịp ra hoa và nắng đang dọi xuống làm chiếc bóng tôi lùn xuống. Một chiếc lá lạc đường nhắc ai về mùa thu cũ?

Tôi nghĩ mình già thật rồi. Vì ngay cả việc trèo lên để hôn em mà cũng không thực hiện được. Hôm qua em còn tồn tại bên tôi. Chữ tồn tại mang một ý nghĩa thắt lòng. Em hỏi, khi gian phòng đêm chìm khuất những hoan lạc:

"Anh yêu màu tím rồi mới yêu em, hay yêu em rồi mới yêu màu tím?"

"Có thể cùng một lúc," tôi nói không đắn đo. "Em và màu tím đối với anh vừa mới mẻ vừa quen thuộc đến ngỡ ngàng."

Tôi không biết được lòng em đang nghĩ gì? Nhưng biết, không phải chỉ riêng mình tôi đau…

Cả thời khắc cũng nín im nghe những tiếng đời câm lặng. Giữa tôi và em, khi không còn câu chuyện nào để có thể sẻ chia, cách tốt nhất là im lặng. Ai đó nói rằng, khi tình yêu không đủ lớn, thì im lặng là nói ra rồi.

Mười bảy tuổi em đang học đệ nhị Trung Học. Còn tôi người lính tầm thường. Hai đời biển và rừng không biết sao lại dung nạp được nhau, nhưng nước mắt em một lần ướt trên vai tôi đã nói cho biết là em từng yêu tôi như thế nào? Còn tôi, thấy cuộc đời hôm qua có biết bao điều sai trái. Chỉ đúng duy nhất một lần là có được em.

2.

SẼ LUÔN CÓ NHỮNG LÚC CHÚNG TA CẢM GIÁC cuộc đời là những chuyến xe. Và mỗi một khởi hành đều có điểm dừng kết thúc. Ngay cả lúc nói lời chia tay, em cũng mong tôi sẽ càng ngày càng tốt hơn để chứng tỏ rằng em không chọn yêu lầm người. Vì dẫu sao, trong suy nghĩ của em, bất cứ tình yêu nào dù tan vỡ cũng đều đã từng có một thời hạnh phúc.

Em đi rồi. Đúng hơn là đi khỏi đời tôi. Chiếc xe lăn bánh chậm, đủ thấy kịp gương mặt em quay nhìn ngược về sau. Tia nhìn mang nỗi buồn màu xanh lá. Trên đường về tôi cay đắng hứa với lòng là sẽ không yêu thêm một ai khác và sẽ không viết lại.

Nhưng sau năm năm thì tôi viết lại. Tám năm thì tôi có một gia đình.

Bài thơ, nói về Đà Lạt và những khóm dã quỳ. Tôi viết trong một lần buồn bã ngồi bán ngoài chợ trời, như da thịt vừa lành sau một vết thương. Đó là năm 1979, sau khi tôi ký tên vào tờ giấy đăng ký kết hôn với một người đàn bà chưa từng biết về tôi, cũng như tôi chưa kịp biết về cô ấy. Nàng tròn trịa dáng hình và giản đơn trong suy nghĩ. Và luôn sùng bái vật chất hơn những gì liên quan đến chữ nghĩa.

Năm 1991 tôi được định cư Hoa Kỳ, sau những gay go hồi hộp tìm cách gửi đơn chui qua đường hàng không đến Tòa Đại Sứ Mỹ tại Bangkok. Sau đó là thêm vài hồ sơ bổ túc phần gia cảnh...

Mùa xuân theo gió rượt đuổi nhau dưới cánh máy bay khi tôi an vị trong khoang hành khách, làm tôi nhớ lại quãng thời gian trước kia từng trải qua những điều tồi tệ, tôi đã vượt thoát và mạnh mẽ đứng lên như thế nào.

Mùa hè năm 2014 có những chứng cớ sự tồn tại của em. Một cô bạn gái nào đó (từng gọi em là cô giáo) đã cho tôi một địa chỉ trên Facebook. Từ địa chỉ này tôi tìm thấy bắt gặp lại hình ảnh một cô gái của mấy chục năm về trước. Từng quá khứ thơ dại trong đó có áo len màu hoa cà trĩu nặng sương mù và mái tóc chẻ đường ngôi của em ào ạt hiện về.

Tôi lặng người. Và có lẽ phải rất lâu, rất lâu, để những tàn tro mới hồng lên trở lại. Có một tấm hình em chụp nửa nằm nửa ngồi trên một bờ cỏ, em cười, thấy rõ một nốt ruồi nhỏ dưới mí mắt trái. Tấm kia, có cả một chiếc bánh kem nhân ngày sinh nhật.

Khi tôi đang còn săm soi những chữ ghi ngày tháng trên chiếc bánh kem, để đoán coi thời gian tồn đọng nhiều ít trên nhan sắc của một người đàn bà, thì em đã biến mất khỏi biển người. Cuối mùa thu năm đó, em đã không còn rồi. Chứng ung thư đã đẩy em xa rời tôi thực sự...

Mãi sau này, tôi mới hiểu ra lúc bắt đầu yêu một người, luôn để ý đến tình cảm vui buồn của người ấy, biết cách tha thứ và bao dung. Biết tin tưởng và đầu tư ngay cả những thói quen hay những điều lãng mạn của họ.

Một lần, trong gian phòng thuê bằng một nửa số lương ít ỏi của tôi, em hỏi:

"Sao lúc này không thấy anh viết một tác phẩm nào hết?"

"Em đã là tác phẩm lớn của đời anh rồi, còn gì?"

Em giận và không bằng lòng cách chống chế của tôi.

3.

MỘT QUÁ KHỨ ĐẸP LÀ CÓ THỜI CHÚNG TA ĐÃ TỪNG khóc, mà giờ đã biết cười. Một thành phố đẹp cũng có nghĩa là khi trở về, vẫn còn nóng hổi những cảm xúc ngày ta bỏ đi.

Tôi nhớ lúc tôi trở về lại Việt Nam, hôm đầu đã ghé vào một chiếc quán trên con đường ra Ô Quắn (cái tên ngày xưa đọc trại từ hai chữ Au vent, cùng chiếc bảng hiệu có cái tên ngộ nghĩnh làm bằng nhôm mới dựng lên sau này—Mr. Két.)

Đúng ra là một tiệm bán thức ăn, cà phê và bia rượu, có mặt tiền quay ra biển. Dĩ nhiên là có gió rất nhiều. Hôm đó tôi mới biết rằng tôi vẫn yêu Vũng Tàu của tôi ngày xưa hơn là Vũng Tàu của tôi bây giờ.

Kéo một chiếc ghế nơi một bàn gần cửa ra vào, mặt bàn được phủ vải màu đỏ, mục đích tôn vinh chiếc ly đựng duy nhất một nhánh sứ tròn trĩnh. Buổi trưa ngây ngất mùi mặn của muối và mùi của nhớ mong. Tiếng sóng chậm rãi va vào bờ đá trong khi tiếng đời đi rất vội.

Cô gái phục vụ mặc đồng phục xanh đến mời chào. Tờ thực đơn khua khoắng trong những ngón tay măng non rồi đậu xuống bàn như một cánh chim. Cùng với nụ cười rạng rỡ.

Có những lúc chúng ta phải ngồi một mình. Và góp nhặt những tháng ngày đánh rơi cơn tỉnh táo. Những hơi ấm phía sau và xuân thì phía trước.

Có những nỗi đau vẫn không hình hài khi ánh nắng ngày đang hắt nỗi chờ mong trên chỗ ngồi. Tôi gọi một chai Cabernet Sauvignon trắng để lát nữa dùng với vài món ăn biển. Ngoài hiên đã lác đác vài khách ngồi. Nghe đâu đây tiếng mùa thu chơi trốn tìm những bước chân người giẫm lên đá sỏi.

4.

CÓ MỘT KIỂU NGƯỜI DÙ ĐANG RẤT CÔ ĐƠN, NHƯNG sợ người khác nhìn thấu. Và cô đơn thì cũng không sao, miễn là mình đã từng yêu ai đó bằng cả trái tim.

Nếu có một cuộc đời khác, tôi vẫn sẽ yêu em giống như bây giờ. Tìm lúc em chưa trưởng thành để đứng nơi sân trường và nhìn thấy tôi đi qua. Có những người chỉ thích hợp tồn tại trong hồi ức chứ không phải để cố gắng lãng quên, em là như vậy…

Mùa thu sẽ thực sự đến nay mai.

Thành phố tôi ở đã bớt đi cái nóng thiêu đốt của mùa hè. Con đường hẹp chỉ đủ cho hai làn xe đi về có bờ cỏ cháy vàng hai bên. Những cây hồng phấn hổ thẹn vì nhan sắc cuối mùa. Những khoảng cách giữa tôi và em không sao trì kéo lại được.

Có lẽ bởi thời gian đã không còn kịp rồi.

Và trong khi tôi ngồi nơi quán ăn vùng biển, tôi quyết định dùng đoạn văn ngắn này để kết thúc cho tập truyện. Vì nghĩ cho cùng, mỗi cuộc đời chỉ cháy rực một lần…

Có thể tôi chưa nói đủ hết một tình yêu mà đi đến tận cùng sẽ trở thành thảm kịch. Trong đó, tồn tại hai người đàn bà. Người trước dạy tôi biết thế nào là yêu, người sau giúp tôi biết cách để yêu ai đó.

Austin, Tháng Chín 2023

Kim Loan viết về tác giả

ĐẾN MỘT LỨA TUỔI NÀO ĐÓ, NHẤT LÀ ĐANG TRÊN con dốc bên kia cuộc đời, chúng ta hầu như ai cũng lặng lẽ hơn, sống chậm rãi hơn, sâu lắng hơn bên những cảm nghiệm mất mát, tan vỡ, đau thương của cuộc sống xung quanh. Có lẽ vì thế chăng, mà ông anh "không còn trẻ" và rất đỗi hiền lành của tôi, Phạm Ngũ Yên, đã ấp ủ, chắt lọc, và dồn tất cả những buồn vui nhớ thương vào đứa con tinh thần mới nhất, mang một cái tên *"dài ngoằng"* (theo lời tác giả): *"Nơi Đất Đai Giấu Đi Con Người và Những Ký Ức"*

Cũng như những người ái mộ Văn, Thơ của anh, tôi còn rất thích lối đặt tựa đề của anh, rất lạ, rất lôi cuốn, đôi khi có chút... mơ hồ, khó hiểu để cuốn hút óc tò mò và tâm trí người mộ điệu, để thôi thúc chúng ta phải mở cuốn sách ra, chậm rãi thưởng thức từng dòng chữ...

Và tôi đã lạc vào thế giới đó của Phạm Ngũ Yên, với *"Bến Xe Tình Đầu"* tôi chọn đọc đầu tiên trong hơn 30 bài truyện ngắn, dài, vì tôi như thấy được cả *"bến xe tình đầu"* của riêng tôi thuở đôi mươi xa lắc xa lơ nơi quê nhà.

Thế là tôi bắt gặp anh, một chàng trai mới lớn với mộng mơ lãng đãng, rời quê lên Sài Gòn trọ học, đêm đêm bị mê hoặc bởi tiếng hát của nàng nhạn trắng Gò Công *"lá vàng nhè nhẹ rơi ... mỗi mùa tiễn đưa một người"* mà ngỡ như bài hát ấy dành riêng cho mình.

Bên những tiếng mưa rơi xa nhà, trái tim mới biết rung động ấy, bỗng rưng rưng nhớ Mẹ, người phụ nữ đặc biệt của đời mình, để rồi nhiều năm sau trên quê hương thứ hai, mỗi mùa Lễ Mẹ là mỗi mùa thương nhớ đầy vơi, có cả ngậm ngùi tiếc nuối không kịp gặp Mẹ lần cuối mà Mẹ đã vội vàng rời xa.

Rồi cuốn sách dẫn dắt tôi đến *"Tháng Ba Một Góc Phố Quê Nhà"*, ôi chao là nhớ! Ai trong chúng ta chẳng có một xóm cũ một người xưa? Đọc đoạn tùy bút này, tôi mới biết, tác giả không chỉ có chốn xưa mà còn có cả vùng trời Đà Lạt–B'lao nhiều sương khói u buồn, làm khát khao những bước chân giang hồ, lãng du, của tâm hồn ủy mị mong manh đầy chất thơ của chàng Phạm Ngũ Yên thuở ấy:

"Như đóa hoa vừa ngậm sương đêm
Mắt mở thầm giữa muôn lá khép
Em đứng yên bên cạnh mặt trời
Tóc xõa hồn nhiên
Cơn sóng vỗ hồn anh mệt đuối"

Vâng, *"mỗi thanh xuân đều có một câu chuyện"* và câu chuyện của Phạm Ngũ Yên luôn luôn ướt đẫm tình yêu, yêu người, người yêu, rồi xa nhau, rồi bỗng là quá khứ nâng niu.

Dẫu đang sống bên xứ người ngắm hoa anh đào rực rỡ tháng ba, hoặc tím bâng khuâng của Bluebonnet... là những nỗi nhớ vô cùng ngọt ngào và tha thiết từ trái tim của tác giả, một "lão niên" đáng yêu, mãi mãi chung tình với nỗi niềm Văn, Thơ... và những nơi chốn ấy vời vợi, chưa bao giờ nhạt phai!

"Nơi Đất Đai Giấu Đi Con Người và Những Ký Ức" ư? Đó chỉ là tựa đề, còn nội dung lại ngập tràn những ký ức tuyệt vời đấy, anh Phạm Ngũ Yên thân mến!

Edmonton, Canada
Tháng 6, 2023

KIM LOAN

www.ingramcontent.com/pod-product-compliance
Lightning Source LLC
LaVergne TN
LVHW041658060526
838201LV00043B/483